TRANZLATY
El idioma es para todos
Tungumál er fyrir alla

El llamado de lo salvaje

Kallið í villidýrinu

Jack London

Español / Íslenska

Copyright © 2025 Tranzlaty
All rights reserved
Published by Tranzlaty
ISBN: 978-1-80572-866-5
Original text by Jack London
The Call of the Wild
First published in 1903
www.tranzlaty.com

Hacia lo primitivo
Inn í frumstæðni

Buck no leía los periódicos.
Buck las ekki blöðin.
Si hubiera leído los periódicos habría sabido que se avecinaban problemas.
Hefði hann lesið blöðin hefði hann vitað að vandræði væru í uppsiglingu.
Hubo problemas, no sólo para él sino para todos los perros de la marea.
Það voru ekki aðeins vandræði fyrir hann sjálfan, heldur fyrir alla sjávarfallahunda.
Todo perro con músculos fuertes y pelo largo y cálido iba a estar en problemas.
Allir hundar með vöðvastælta úlnlið og heitt, langt feld myndu lenda í vandræðum.
Desde Puget Bay hasta San Diego ningún perro podía escapar de lo que se avecinaba.
Frá Puget-flóa til San Diego gat enginn hundur sloppið við það sem var í væn dum.
Los hombres, a tientas en la oscuridad del Ártico, encontraron un metal amarillo.
Menn, sem þreifuðu í myrkrinu á norðurslóðum, höfðu fundið gulan málm.
Las compañías navieras y de transporte iban en busca del descubrimiento.
Gufuskipa- og flutningafyrirtæki eltu uppgötvunina.
Miles de hombres se precipitaron hacia el norte.
Þúsundir manna þustu inn í Norðurlandið.
Estos hombres querían perros, y los perros que querían eran perros pesados.
Þessir menn vildu hunda, og hundarnir sem þeir vildu voru þungir hundar.
Perros con músculos fuertes para trabajar.
Hundar með sterka vöðva til að strita með.
Perros con abrigos peludos para protegerlos de las heladas.

Hundar með loðinn feld til að vernda þá fyrir frosti.

Buck vivía en una casa grande en el soleado valle de Santa Clara.
Buck bjó í stóru húsi í sólkysstu Santa Clara-dalnum.
El lugar del juez Miller, se llamaba su casa.
Hús dómara Millers, var kallað.
Su casa estaba apartada de la carretera, medio oculta entre los árboles.
Hús hans stóð til hliðar frá veginum, hálf falið meðal trjánna.
Se podían ver destellos de la amplia terraza que rodeaba la casa.
Maður gat fengið innsýn í breiða veröndina sem lá umhverfis húsið.
Se accedía a la casa mediante caminos de grava.
Aðkoma að húsinu var um malbikaðar innkeyrslur.
Los caminos serpenteaban a través de amplios prados.
Göngustígarnir lágu um víðfeðmar grasflötur.
Allá arriba se veían las ramas entrelazadas de altos álamos.
Fyrir ofan voru fléttaðar greinar hárra ösptrjáa.
En la parte trasera de la casa las cosas eran aún más espaciosas.
Að aftanverðu í húsinu var enn rúmbetra.
Había grandes establos, donde una docena de mozos de cuadra charlaban.
Þar voru stór hesthús, þar sem tylft brúðguma voru að spjalla saman
Había hileras de casas de servicio cubiertas de enredaderas.
Þar voru raðir af vínviðarklæddum þjónustuhúsum
Y había una interminable y ordenada serie de letrinas.
Og þar var endalaus og skipulögð röð útihúsa
Largos parrales, verdes pastos, huertos y campos de bayas.
Langar vínberjaskálar, grænir hagar, ávaxtargarðar og berjatré.
Luego estaba la planta de bombeo del pozo artesiano.
Þá var þar dælustöðin fyrir handgerða brunninn.
Y allí estaba el gran tanque de cemento lleno de agua.

Og þar var stóri sementtankurinn fullur af vatni.
Aquí los muchachos del juez Miller dieron su chapuzón matutino.
Hér tóku drengir dómara Millers morgundýfu sína.
Y allí también se refrescaron en la calurosa tarde.
Og þau kældu sig líka þar í heitum síðdegis.
Y sobre este gran dominio, Buck era quien lo gobernaba todo.
Og yfir þessu mikla léni réði Buck öllu.
Buck nació en esta tierra y vivió aquí todos sus cuatro años.
Buck fæddist á þessu landi og bjó hér öll sín fjögur ár.
Efectivamente había otros perros, pero realmente no importaban.
Það voru vissulega aðrir hundar, en þeir skiptu í raun engu máli.
En un lugar tan vasto como éste se esperaban otros perros.
Búist var við öðrum hundum á jafn víðáttumiklum stað og þessum.
Estos perros iban y venían, o vivían dentro de las concurridas perreras.
Þessir hundar komu og fóru, eða bjuggu inni í annasömum hundahúsum.
Algunos perros vivían escondidos en la casa, como Toots e Ysabel.
Sumir hundar bjuggu í földum húsinu, eins og Toots og Ysabel gerðu.
Toots era un pug japonés, Ysabel una perra mexicana sin pelo.
Toots var japanskur mopshundur en Ysabel var mexíkóskur hárlaus hundur.
Estas extrañas criaturas rara vez salían de la casa.
Þessar furðulegu verur fóru sjaldan út fyrir húsið.
No tocaron el suelo ni olieron el aire libre del exterior.
Þau snertu ekki jörðina né lyktuðu út í bert loftið fyrir utan.
También estaban los fox terriers, al menos veinte en número.
Þar voru líka foxterrierarnir, að minnsta kosti tuttugu að tölu.

Estos terriers le ladraron ferozmente a Toots y a Ysabel dentro de la casa.
Þessir terrierhundar geltu grimmilega á Toots og Ysabel innandyra.
Toots e Ysabel se quedaron detrás de las ventanas, a salvo de todo daño.
Toots og Ysabel dvöldu á bak við glugga, óhultar fyrir meiðsli.
Estaban custodiados por criadas con escobas y trapeadores.
Þey voru gætt af vinnukonum með kústum og moppum.
Pero Buck no era un perro de casa ni tampoco de perrera.
En Buck var enginn húshundur og hann var heldur enginn hundahundur.
Toda la propiedad pertenecía a Buck como su legítimo reino.
Öll eignin tilheyrði Buck sem hans réttmæta ríki.
Buck nadaba en el tanque o salía a cazar con los hijos del juez.
Buck synti í fiskibúrinu eða fór á veiðar með sonum dómarans.
Caminaba con Mollie y Alice temprano o tarde.
Hann gekk með Mollie og Alice snemma eða seint á kvöldin.
En las noches frías yacía junto al fuego de la biblioteca con el juez.
Á köldum nóttum lá hann fyrir framan arineldinn í bókasafninu með dómaranum.
Buck llevaba a los nietos del juez en su fuerte espalda.
Buck ók barnabörnum dómarans á sterkum baki sínum.
Se revolcó en el césped con los niños, vigilándolos de cerca.
Hann velti sér í grasinu með strákunum og gætti þeirra náið.
Se aventuraron hasta la fuente e incluso pasaron por los campos de bayas.
Þau voguðu sér að gosbrunninum og jafnvel fram hjá berjaökrunum.
Entre los fox terriers, Buck caminaba siempre con orgullo real.
Meðal foxterrieranna gekk Buck alltaf með konunglega stolti.
Él ignoró a Toots y Ysabel, tratándolos como si fueran aire.

Hann hunsaði Toots og Ysabel og kom fram við þau eins og þau væru loft.

Buck reinaba sobre todas las criaturas vivientes en la tierra del juez Miller.

Buck réði yfir öllum lifandi verum á landi dómara Millers.

Él gobernaba a los animales, a los insectos, a los pájaros e incluso a los humanos.

Hann réði yfir dýrum, skordýrum, fuglum og jafnvel mönnum.

El padre de Buck, Elmo, había sido un San Bernardo enorme y leal.

Faðir Bucks, Elmo, hafði verið risastór og tryggur Sankti Bernharðshundur.

Elmo nunca se apartó del lado del juez y le sirvió fielmente.

Elmo vék aldrei frá dómaranum og þjónaði honum dyggilega.

Buck parecía dispuesto a seguir el noble ejemplo de su padre.

Buck virtist tilbúinn að fylgja göfugu fordæmi föður síns.

Buck no era tan grande: pesaba ciento cuarenta libras.

Buck var ekki alveg eins stór, vó hundrað og fjörutíu pund.

Su madre, Shep, había sido una excelente perra pastor escocesa.

Móðir hans, Shep, hafði verið góður skoskur fjárhundur.

Pero incluso con ese peso, Buck caminaba con presencia majestuosa.

En jafnvel með þessari þyngd gekk Buck með konunglegri nærveru.

Esto fue gracias a la buena comida y al respeto que siempre recibió.

Þetta kom frá góðum mat og þeirri virðingu sem hann naut alltaf.

Durante cuatro años, Buck había vivido como un noble mimado.

Í fjögur ár hafði Buck lifað eins og spilltur aðalsmaður.

Estaba orgulloso de sí mismo y hasta era un poco egoísta.

Hann var stoltur af sjálfum sér, og jafnvel dálítið sjálfselskur.

Ese tipo de orgullo era común entre los señores de países remotos.
Þessi tegund af stolti var algeng meðal afskekktra sveitahöfðingja.
Pero Buck se salvó de convertirse en un perro doméstico mimado.
En Buck bjargaði sér frá því að verða dekurhundur í húsinu.
Se mantuvo delgado y fuerte gracias a la caza y el ejercicio.
Hann hélt sér grannum og sterkum í gegnum veiðar og hreyfingu.
Amaba profundamente el agua, como la gente que se baña en lagos fríos.
Hann elskaði vatnið innilega, eins og fólk sem baðar sig í köldum vötnum.
Este amor por el agua mantuvo a Buck fuerte y muy saludable.
Þessi ást á vatni hélt Buck sterkum og mjög heilbrigðum.
Éste era el perro en que se había convertido Buck en el otoño de 1897.
Þetta var hundurinn sem Buck hafði orðið haustið 1897.
Cuando la huelga de Klondike arrastró a los hombres hacia el gélido Norte.
Þegar árásin í Klondike dró menn til hins frosna norðurs.
La gente acudió en masa desde todos los rincones del mundo hacia aquella tierra fría.
Fólk streymdi hvaðanæva að úr heiminum inn í kalda landið.
Buck, sin embargo, no leía los periódicos ni entendía las noticias.
Buck las hins vegar hvorki blöðin né skildi fréttir.
Él no sabía que Manuel era un mal hombre con quien estar.
Hann vissi ekki að það væri vondur maður að vera nálægt Manuel.
Manuel, que ayudaba en el jardín, tenía un problema profundo.
Manuel, sem hjálpaði til í garðinum, átti við alvarleg vandamál að stríða.
Manuel era adicto al juego de la lotería china.

Manuel var háður fjárhættuspilum í kínverska lottóinu.
También creía firmemente en un sistema fijo para ganar.
Hann trúði einnig staðfastlega á fastmótað kerfi til að sigra.
Esa creencia hizo que su fracaso fuera seguro e inevitable.
Sú trú gerði mistök hans örugg og óhjákvæmileg.
Jugar con un sistema exige dinero, del que Manuel carecía.
Að spila kerfi krefst peninga, sem Manuel skorti.
Su salario apenas alcanzaba para mantener a su esposa y a sus numerosos hijos.
Laun hans dugðu varla til að framfleyta konu hans og mörg börn.
La noche en que Manuel traicionó a Buck, las cosas estaban normales.
Nóttina sem Manuel sveik Buck voru hlutirnir eðlilegir.
El juez estaba en una reunión de la Asociación de Productores de Pasas.
Dómarinn var á fundi rúsínuræktendafélags.
Los hijos del juez estaban entonces ocupados formando un club atlético.
Synir dómarans voru þá uppteknir við að stofna íþróttafélag.
Nadie vio a Manuel y Buck salir por el huerto.
Enginn sá Manuel og Buck fara út um ávaxtargarðinn.
Buck pensó que esta caminata era simplemente un simple paseo nocturno.
Buck hélt að þessi göngutúr væri bara einföld næturrölt.
Se encontraron con un solo hombre en la estación de la bandera, en College Park.
Þau hittu aðeins einn mann á fánastöðinni, í College Park.
Ese hombre habló con Manuel y intercambiaron dinero.
Maðurinn talaði við Manuel og þeir skiptu á peningum.
"Envuelva la mercancía antes de entregarla", sugirió.
„Pakkaðu vörunum inn áður en þú afhendir þær," lagði hann til.
La voz del hombre era áspera e impaciente mientras hablaba.
Rödd mannsins var hrjúf og óþolinmóð er hann talaði.
Manuel ató cuidadosamente una cuerda gruesa alrededor del cuello de Buck.

Manuel batt vandlega þykkt reipi um háls Bucks.
"Si retuerces la cuerda, lo estrangularás bastante"
„Snúðu reipinu og þú munt kæfa hann mikið"
El extraño emitió un gruñido, demostrando que entendía bien.
Ókunnugi maðurinn möglaði, sem sýndi að hann skildi vel.
Buck aceptó la cuerda con calma y tranquila dignidad ese día.
Buck tók við reipinu með ró og ró og reisn þann dag.
Fue un acto inusual, pero Buck confiaba en los hombres que conocía.
Þetta var óvenjuleg athöfn, en Buck treysti mönnunum sem hann þekkti.
Él creía que su sabiduría iba mucho más allá de su propio pensamiento.
Hann trúði því að viska þeirra færi langt fram úr hans eigin hugsun.
Pero entonces la cuerda fue entregada a manos del extraño.
En þá var reipið afhent ókunnugum manni.
Buck emitió un gruñido bajo que advertía con una amenaza silenciosa.
Buck urraði lágt sem varaði hann við með hljóðlátri ógnun.
Era orgulloso y autoritario y quería mostrar su descontento.
Hann var stoltur og valdsmaður og ætlaði sér að sýna óánægju sína.
Buck creyó que su advertencia sería entendida como una orden.
Buck taldi að viðvörun hans yrði skilin sem skipun.
Para su sorpresa, la cuerda se tensó rápidamente alrededor de su grueso cuello.
Honum til mikillar undrunar hertist reipið fast um þykkan háls hans.
Se quedó sin aire y comenzó a luchar con una furia repentina.
Loft hans var skorið af og hann byrjaði að berjast í skyndilegri reiði.

Saltó hacia el hombre, quien rápidamente se encontró con Buck en el aire.
Hann stökk á manninn, sem mætti Buck í loftinu þegar í stað.
El hombre agarró la garganta de Buck y lo retorció hábilmente en el aire.
Maðurinn greip um háls Bucks og snéri honum listilega upp í loftið.
Buck fue arrojado al suelo con fuerza, cayendo de espaldas.
Buck féll harkalega niður og lenti flatt á bakinu.
La cuerda ahora lo estrangulaba cruelmente mientras él pateaba salvajemente.
Reipið kæfði hann nú grimmilega á meðan hann sparkaði villt.
Se le cayó la lengua, su pecho se agitó, pero no recuperó el aliento.
Tungan féll út, brjóst hans kipptist til, en hann náði ekki andanum.
Nunca había sido tratado con tanta violencia en su vida.
Hann hafði aldrei á ævi sinni verið sýndur slíku ofbeldi.
Tampoco nunca antes se había sentido tan lleno de furia.
Hann hafði heldur aldrei áður verið fullur jafn djúprar reiði.
Pero el poder de Buck se desvaneció y sus ojos se volvieron vidriosos.
En kraftur Bucks dofnaði og augu hans urðu gljáandi.
Se desmayó justo cuando un tren se detuvo cerca.
Hann missti meðvitund rétt þegar lest var að stöðva þar í grenndinni.
Luego los dos hombres lo arrojaron rápidamente al vagón de equipaje.
Þá köstuðu mennirnir tveir honum í skyndi inn í farangursvagninn.
Lo siguiente que sintió Buck fue dolor en su lengua hinchada.
Það næsta sem Buck fann var sársauki í bólginni tungunni.
Se desplazaba en un carro tambaleante, apenas consciente.
Hann var að hreyfa sig í skjálfandi vagni, aðeins með daufa meðvitund.

El agudo grito del silbato del tren le indicó a Buck su ubicación.
Hvöss flaut lestarstöðvarinnar sagði Buck hvar hann var.
Había viajado muchas veces con el Juez y conocía esa sensación.
Hann hafði oft riðið með dómaranum og þekkti tilfinninguna.
Fue una experiencia única viajar nuevamente en un vagón de equipajes.
Það var einstakt sjokk að ferðast aftur í farangursvagni.
Buck abrió los ojos y su mirada ardía de rabia.
Buck opnaði augun og augnaráð hans brann af reiði.
Esta fue la ira de un rey orgulloso destronado.
Þetta var reiði stolts konungs sem tekinn var af hásæti sínu.
Un hombre intentó agarrarlo, pero Buck lo atacó primero.
Maður rétti út höndina til að grípa hann, en Buck hjó fyrst til.
Hundió los dientes en la mano del hombre y la sujetó con fuerza.
Hann setti tennurnar í hönd mannsins og hélt fast í hana.
No lo soltó hasta que se desmayó por segunda vez.
Hann sleppti ekki fyrr en hann missti meðvitund í annað sinn.
—Sí, tiene ataques —murmuró el hombre al maletero.
„Já, fær köst," muldraði maðurinn að farangursmanninum.
El maletero había oído la lucha y se acercó.
Farangursmaðurinn hafði heyrt átökin og kom nær.
"Lo llevaré a Frisco para el jefe", explicó el hombre.
„Ég fer með hann til Frisco fyrir yfirmanninn," útskýrði maðurinn.
"Allí hay un buen veterinario que dice poder curarlos".
„Þar er góður hundalæknir sem segist geta læknað þá."
Más tarde esa noche, el hombre dio su propio relato completo.
Seinna um kvöldið gaf maðurinn sína eigin fullu frásögn.
Habló desde un cobertizo detrás de un salón en los muelles.
Hann talaði úr skúr fyrir aftan krá á bryggjunni.
"Lo único que me dieron fueron cincuenta dólares", se quejó al tabernero.

„Ég fékk bara fimmtíu dollara," kvartaði hann við kráarmanninn.
"No lo volvería a hacer ni por mil dólares en efectivo".
„Ég myndi ekki gera þetta aftur, ekki einu sinni fyrir þúsund í reiðufé."
Su mano derecha estaba fuertemente envuelta en un paño ensangrentado.
Hægri hönd hans var þétt vafin inn í blóðugan klút.
La pernera de su pantalón estaba abierta de par en par desde la rodilla hasta el pie.
Buxnaskálminn hans var rifinn gátt frá hné niður að tám.
—¿Cuánto le pagaron al otro tipo? —preguntó el tabernero.
„Hvað fékk hinn krakkanum greitt?" spurði kráarmaðurinn.
"Cien", respondió el hombre, "no aceptaría ni un centavo menos".
„Hundrað," svaraði maðurinn, „hann myndi ekki þiggja eyri minna."
—Eso suma ciento cincuenta —dijo el tabernero.
„Það eru hundrað og fimmtíu," sagði kráarmaðurinn.
"Y él lo vale todo, o no soy más que un idiota".
„Og hann er þess virði, annars er ég ekki betri en fáviti."
El hombre abrió los envoltorios para examinar su mano.
Maðurinn opnaði umbúðirnar til að skoða hönd sína.
La mano estaba gravemente desgarrada y cubierta de sangre seca.
Höndin var illa rifin og þakin þurrkuðu blóði.
"Si no consigo la hidrofobia..." empezó a decir.
„Ef ég fæ ekki vatnsfælnina ..." byrjaði hann að segja.
"Será porque naciste para la horca", dijo entre risas.
„Það verður af því að þú fæddist til að hanga," heyrðist hlátur.
"Ven a ayudarme antes de irte", le pidieron.
„Komdu og hjálpaðu mér áður en þú ferð," var hann beðinn um að gera það.
Buck estaba aturdido por el dolor en la lengua y la garganta.
Buck var í ringlun af verkjum í tungu og hálsi.
Estaba medio estrangulado y apenas podía mantenerse en pie.

Hann var hálfkyrktur og gat varla staðið uppréttur.
Aún así, Buck intentó enfrentar a los hombres que lo habían lastimado.
Samt reyndi Buck að horfast í augu við mennina sem höfðu sært hann svo mikið.
Pero lo derribaron y lo estrangularon una vez más.
En þeir köstuðu honum niður og kæfðu hann enn á ný.
Sólo entonces pudieron quitarle el pesado collar de bronce.
Þá fyrst gátu þeir sagað af honum þunga messingkragann.
Le quitaron la cuerda y lo metieron en una caja.
Þeir fjarlægðu reipið og tróðu honum ofan í kassa.
La caja era pequeña y tenía la forma de una tosca jaula de hierro.
Kistlan var lítil og í laginu eins og gróft járnbúr.
Buck permaneció allí toda la noche, lleno de ira y orgullo herido.
Buck lá þar alla nóttina, fullur reiði og særðs stolts.
No podía ni siquiera empezar a comprender lo que le estaba pasando.
Hann gat ekki byrjað að skilja hvað var að gerast við hann.
¿Por qué estos hombres extraños lo mantenían en esa pequeña caja?
Hvers vegna voru þessir undarlegu menn að halda honum í þessum litla búr?
¿Qué querían de él y por qué este cruel cautiverio?
Hvað vildu þeir honum, og hvers vegna þessi grimmilega fangahald?
Sintió una presión oscura; una sensación de desastre que se acercaba.
Hann fann fyrir dimmum þrýstingi; tilfinningu um að ógæfa væri að nálgast.
Era un miedo vago, pero que se apoderó pesadamente de su espíritu.
Þetta var óljós ótti, en hann setti þungt strik í anda hans.
Saltó varias veces cuando la puerta del cobertizo vibró.
Nokkrum sinnum stökk hann upp þegar skúrhurðin nötraði.

Esperaba que el juez o los muchachos aparecieran y lo rescataran.
Hann bjóst við að dómarinn eða strákarnir myndu birtast og bjarga honum.
Pero cada vez sólo se asomaba el rostro gordo del tabernero.
En aðeins feita andlit kráareigandans kíkti inn í hvert skipti.
El rostro del hombre estaba iluminado por el tenue resplandor de una vela de sebo.
Andlit mannsins var lýst upp af daufri birtu frá tólgkerti.
Cada vez, el alegre ladrido de Buck cambiaba a un gruñido bajo y enojado.
Í hvert skipti breyttist glaðvært gelt Bucks í lágt, reiðilegt urr.

El tabernero lo dejó solo durante la noche en el cajón.
Kjöthússtjórinn skildi hann eftir einan í búrinu um nóttina.
Pero cuando se despertó por la mañana, venían más hombres.
En þegar hann vaknaði um morguninn komu fleiri menn.
Llegaron cuatro hombres y recogieron la caja con cuidado y sin decir palabra.
Fjórir menn komu og tóku kassann varlega upp án þess að segja orð.
Buck supo de inmediato en qué situación se encontraba.
Buck vissi strax í hvaða stöðu hann var staddur.
Eran otros torturadores contra los que tenía que luchar y a los que tenía que temer.
Þau voru enn frekari kvalarar sem hann þurfti að berjast við og óttast.
Estos hombres parecían malvados, andrajosos y muy mal arreglados.
Þessir menn litu út fyrir að vera illgjarnir, tötralegir og mjög illa snyrtir.
Buck gruñó y se abalanzó sobre ellos ferozmente a través de los barrotes.
Buck urraði og þaut grimmilega á þá í gegnum rimlana.
Ellos simplemente se rieron y lo golpearon con largos palos de madera.

Þau bara hlógu og stungu í hann með löngum tréprikum.
Buck mordió los palos y luego se dio cuenta de que eso era lo que les gustaba.
Buck beit í prikin en áttaði sig svo á að það var það sem þeim líkaði.
Así que se quedó acostado en silencio, hosco y ardiendo de rabia silenciosa.
Svo lagðist hann niður hljóður, dapur og brennandi af hljóðlátri reiði.
Subieron la caja a un carro y se fueron con él.
Þau lyftu kassanum upp í vagn og óku á brott með hann.
La caja, con Buck encerrado dentro, cambiaba de manos a menudo.
Kistunni, með Buck læstan inni í henni, skipti oft um hendur.
Los empleados de la oficina exprés se hicieron cargo de él y lo atendieron brevemente.
Starfsmenn hraðskrifstofunnar tóku við stjórninni og afgreiddu hann stuttlega.
Luego, otro carro transportó a Buck a través de la ruidosa ciudad.
Þá bar annar vagn Buck þvert yfir hávaðasama bæinn.
Un camión lo llevó con cajas y paquetes a un ferry.
Vörubíll flutti hann með kassa og pakka um borð í ferju.
Después de cruzar, el camión lo descargó en una estación ferroviaria.
Eftir að hafa farið yfir svæðið losaði vörubíllinn hann við járnbrautarstöð.
Finalmente, colocaron a Buck dentro de un vagón expreso que lo esperaba.
Loksins var Buck settur inn í hraðvagn sem beið hans.
Durante dos días y dos noches, los trenes arrastraron el vagón expreso.
Í tvo daga og nætur drógu lestir hraðvagninn burt.
Buck no comió ni bebió durante todo el doloroso viaje.
Buck hvorki át né drakk alla þessa erfiðu ferð.
Cuando los mensajeros expresos intentaron acercarse a él, gruñó.

Þegar hraðboðarnir reyndu að nálgast hann urraði hann.
Ellos respondieron burlándose de él y molestándolo cruelmente.
Þau svöruðu með því að hæðast að honum og stríða honum grimmilega.
Buck se arrojó contra los barrotes, echando espuma y temblando.
Buck kastaði sér að börunum, froðufullur og skjálfandi.
Se rieron a carcajadas y se burlaron de él como matones del patio de la escuela.
Þau hlógu hátt og hæddu hann eins og eineltisþjófar í skólanum.
Ladraban como perros de caza y agitaban los brazos.
Þeir geltu eins og gervihundar og veifuðu höndunum.
Incluso cantaron como gallos sólo para molestarlo más.
Þeir gólu meira að segja eins og hanar bara til að pirra hann enn frekar.
Fue un comportamiento tonto y Buck sabía que era ridículo.
Þetta var heimskuleg hegðun, og Buck vissi að það var fáránlegt.
Pero eso sólo profundizó su sentimiento de indignación y vergüenza.
En það jók aðeins reiði hans og skömm.
Durante el viaje no le molestó mucho el hambre.
Hann var ekki mikið fyrir hungri í ferðinni.
Pero la sed traía consigo un dolor agudo y un sufrimiento insoportable.
En þorstinn olli miklum sársauka og óbærilegum þjáningum.
Su garganta y lengua secas e inflamadas ardían de calor.
Þurr, bólginn háls hans og tunga brann af hita.
Este dolor alimentó la fiebre que crecía dentro de su orgulloso cuerpo.
Þessi sársauki nærði hitann sem steig upp í stoltum líkama hans.
Buck estuvo agradecido por una sola cosa durante esta prueba.
Buck var þakklátur fyrir eitt í þessum réttarhöldum.

Le habían quitado la cuerda que le rodeaba el grueso cuello.
Reipið hafði verið fjarlægt af þykkum hálsi hans.
La cuerda había dado a esos hombres una ventaja injusta y cruel.
Reipið hafði gefið þessum mönnum ósanngjarnan og grimmilegan forskot.
Ahora la cuerda había desaparecido y Buck juró que nunca volvería.
Nú var reipið horfið og Buck sór þess eið að það myndi aldrei koma aftur.
Decidió que nunca más volvería a pasarle una cuerda al cuello.
Hann ákvað að ekkert reipi skyldi nokkurn tímann ganga um hálsinn á honum framar.
Durante dos largos días y noches sufrió sin comer.
Í tvo langa daga og nætur þjáðist hann án matar.
Y en esas horas se fue acumulando en su interior una rabia enorme.
Og á þessum stundum byggði hann upp gífurlega reiði innra með sér.
Sus ojos se volvieron inyectados en sangre y salvajes por la ira constante.
Augun hans urðu blóðhlaupin og villt af stöðugri reiði.
Ya no era Buck, sino un demonio con mandíbulas chasqueantes.
Hann var ekki lengur Buck, heldur djöfull með smellandi kjálka.
Ni siquiera el juez habría reconocido a esta loca criatura.
Jafnvel dómarinn hefði ekki þekkt þessa brjáluðu veru.
Los mensajeros exprés suspiraron aliviados cuando llegaron a Seattle.
Sendiboðarnir andvörpuðu léttar þegar þeir komu til Seattle.
Cuatro hombres levantaron la caja y la llevaron a un patio trasero.
Fjórir menn lyftu kassanum og fluttu hann út í bakgarð.
El patio era pequeño, rodeado de muros altos y sólidos.
Garðurinn var lítill, umkringdur háum og traustum veggjum.

Un hombre corpulento salió con una camisa roja holgada.
Stór maður steig út í rauðum, síðklæddri peysuskyrtu.
Firmó el libro de entrega con letra gruesa y atrevida.
Hann undirritaði afhendingarbókina með þykkri og djörfri hendi.
Buck sintió de inmediato que este hombre era su próximo torturador.
Buck fann strax að þessi maður yrði næsti kvalari hans.
Se abalanzó violentamente contra los barrotes, con los ojos rojos de furia.
Hann hljóp af hörku að rimlunum, augun rauð af reiði.
El hombre simplemente sonrió oscuramente y fue a buscar un hacha.
Maðurinn brosti bara dökkum augum og fór að sækja öxi.
También traía un garrote en su gruesa y fuerte mano derecha.
Hann kom einnig með kylfu í þykkri og sterkri hægri hendi sinni.
"¿Vas a sacarlo ahora?" preguntó preocupado el conductor.
„Ætlarðu að keyra hann út núna?" spurði bílstjórinn áhyggjufullur.
—Claro —dijo el hombre, metiendo el hacha en la caja a modo de palanca.
„Jú," sagði maðurinn og stakk öxinni í kistuna eins og vog.
Los cuatro hombres se dispersaron instantáneamente y saltaron al muro del patio.
Mennirnir fjórir dreifðust samstundis og stukku upp á garðvegginn.
Desde sus lugares seguros arriba, esperaban para observar el espectáculo.
Frá öruggum stöðum sínum uppi biðu þau eftir að horfa á sjónarspilið.
Buck se abalanzó sobre la madera astillada, mordiéndola y sacudiéndola ferozmente.
Buck hljóp á klofna viðinn, beit og skalf harkalega.
Cada vez que el hacha golpeaba la jaula, Buck estaba allí para atacarla.

Í hvert skipti sem öxin lenti í búrinu) var Buck þar til að ráðast á hana.
Gruñó y chasqueó los dientes con furia salvaje, ansioso por ser liberado.
Hann urraði og snaraði af villimannsævi, ákafur að vera látinn laus.
El hombre que estaba afuera estaba tranquilo y firme, concentrado en su tarea.
Maðurinn fyrir utan var rólegur og stöðugur, einbeittur að verki sínu.
"Muy bien, demonio de ojos rojos", dijo cuando el agujero fue grande.
„Jæja, þú rauðeygði djöfull," sagði hann þegar gatið var orðið stórt.
Dejó caer el hacha y tomó el garrote con su mano derecha.
Hann sleppti öxinni og tók kylfuna í hægri hönd sér.
Buck realmente parecía un demonio; con los ojos inyectados en sangre y llameantes.
Buck leit sannarlega út eins og djöfull; augun blóðhlaupin og glóandi.
Su pelaje se erizó, le salía espuma por la boca y sus ojos brillaban.
Feldur hans var grófur, froðan stóð upp úr munninum og augun glitruðu.
Tensó los músculos y se lanzó directamente hacia el suéter rojo.
Hann spennti vöðvana og stökk beint á rauðu peysuna.
Ciento cuarenta libras de furia volaron hacia el hombre tranquilo.
Hundrað og fjörutíu pund af reiði flaug á rólega manninn.
Justo antes de que sus mandíbulas se cerraran, un golpe terrible lo golpeó.
Rétt áður en kjálkarnir hans klemmdust saman, hlaut hann hræðilegt högg.
Sus dientes chasquearon al chocar contra nada más que el aire.
Tennurnar hans brotnuðu saman á engu nema lofti

Una sacudida de dolor resonó a través de su cuerpo
sársaukaskot ómaði um líkama hans
Dio una vuelta en el aire y se estrelló sobre su espalda y su costado.
Hann hvolfdi í loftinu og féll á bakið og hliðina.
Nunca antes había sentido el golpe de un garrote y no podía agarrarlo.
Hann hafði aldrei áður fundið fyrir kylfuhöggi og gat ekki gripið það.
Con un gruñido estridente, mitad ladrido, mitad grito, saltó de nuevo.
Með öskrandi urri, að hluta til gelti, að hluta til öskri, stökk hann aftur upp.
Otro golpe brutal lo alcanzó y lo arrojó al suelo.
Annað harkalegt högg lenti á honum og kastaði honum til jarðar.
Esta vez Buck lo entendió: era el pesado garrote del hombre.
Að þessu sinni skildi Buck – þetta var þunga kylfan hans.
Pero la rabia lo cegó y no pensó en retirarse.
En reiðin blindaði hann og hann hugsaði ekki um að hörfa.
Doce veces se lanzó y doce veces cayó.
Tólf sinnum kastaði hann sér og tólf sinnum datt hann.
El palo de madera lo golpeaba cada vez con una fuerza despiadada y aplastante.
Trékylfan lamdi hann í hvert skipti með miskunnarlausu, algeru afli.
Después de un golpe feroz, se tambaleó hasta ponerse de pie, aturdido y lento.
Eftir eitt harkalegt högg staulaðist hann á fætur, ringlaður og hægur.
Le salía sangre de la boca, de la nariz y hasta de las orejas.
Blóð rann úr munni hans, nefi og jafnvel eyrum.
Su pelaje, otrora hermoso, estaba manchado de espuma sanguinolenta.
Kápan hans, sem áður var falleg, var útataður blóðugum froðu.

Entonces el hombre se adelantó y le dio un golpe tremendo en la nariz.
Þá steig maðurinn upp og sló illa á nefið.

La agonía fue más aguda que cualquier cosa que Buck hubiera sentido jamás.
Kvölin var skarpari en nokkuð sem Buck hafði nokkurn tímann fundið.

Con un rugido más de bestia que de perro, saltó nuevamente para atacar.
Með öskri, meira skepnu en hundi, stökk hann aftur til árásar.

Pero el hombre se agarró la mandíbula inferior y la torció hacia atrás.
En maðurinn greip í neðri kjálka hans og snéri honum aftur á bak.

Buck se dio una vuelta de cabeza y volvió a caer con fuerza.
Buck hristist upp og niður og féll aftur harkalega.

Una última vez, Buck cargó contra él, ahora apenas capaz de mantenerse en pie.
Í síðasta sinn réðst Buck á hann, nú varla fær um að standa upp.

El hombre atacó con una sincronización experta, dando el golpe final.
Maðurinn hjó til af snilldarlegri tímasetningu og veitti síðasta höggið.

Buck se desplomó en un montón, inconsciente e inmóvil.
Buck hrundi saman í hrúgu, meðvitundarlaus og hreyfingarlaus.

"No es ningún inútil a la hora de domar perros, eso es lo que digo", gritó un hombre.
„Hann er ekki sljór í að brjóta hunda, það er það sem ég segi," öskraði maður.

"Druther puede quebrar la voluntad de un perro cualquier día de la semana".
„Druther getur brotið niður vilja hunds hvaða dag vikunnar sem er."

"¡Y dos veces el domingo!" añadió el conductor.
„Og tvisvar á sunnudegi!" bætti bílstjórinn við.

Se subió al carro y tiró de las riendas para partir.
Hann klifraði upp í vagninn og braut í taumana til að fara af stað.
Buck recuperó lentamente el control de su conciencia.
Buck náði smám saman stjórn á meðvitund sinni
Pero su cuerpo todavía estaba demasiado débil y roto para moverse.
en líkami hans var enn of veikburða og brotinn til að hreyfa sig.
Se quedó donde había caído, observando al hombre del suéter rojo.
Hann lá þar sem hann hafði fallið og horfði á manninn í rauðpeysunni.
"Responde al nombre de Buck", dijo el hombre, leyendo en voz alta.
„Hann svarar undir nafninu Buck," sagði maðurinn og las upphátt.
Citó la nota enviada con la caja de Buck y los detalles.
Hann vitnaði í miðann sem sendur var með kössunni hans Bucks og nánari upplýsingar.
—Bueno, Buck, muchacho —continuó el hombre con tono amistoso—.
„Jæja, Buck, drengur minn," hélt maðurinn áfram með vingjarnlegum rómi,
"Hemos tenido nuestra pequeña pelea y ahora todo ha terminado entre nosotros".
„Við höfum átt okkar litla rifrildi, og nú er því lokið á milli okkar."
"Tú has aprendido cuál es tu lugar y yo he aprendido cuál es el mío", añadió.
„Þú hefur lært þinn stað og ég hef lært minn," bætti hann við.
"Sé bueno y todo irá bien y la vida será placentera".
„Vertu góður, og allt mun ganga vel og lífið verður ánægjulegt."
"Pero si te portas mal, te daré una paliza, ¿entiendes?"
„En ef þú ert vond/ur, þá skal ég berja þig í hel, skilurðu?"

Mientras hablaba, extendió la mano y acarició la cabeza dolorida de Buck.
Um leið og hann talaði rétti hann út höndina og klappaði Buck á sárt höfuðið.
El cabello de Buck se erizó ante el toque del hombre, pero no se resistió.
Hár Bucks reis við snertingu mannsins, en hann veitti ekki mótspyrnu.
El hombre le trajo agua, que Buck bebió a grandes tragos.
Maðurinn færði honum vatn, sem Buck drakk í stórum teygjum.
Luego vino la carne cruda, que Buck devoró trozo a trozo.
Þá kom hrátt kjöt, sem Buck át bita fyrir bita.
Sabía que estaba derrotado, pero también sabía que no estaba roto.
Hann vissi að hann var barinn, en hann vissi líka að hann var ekki brotinn.
No tenía ninguna posibilidad contra un hombre armado con un garrote.
Hann átti engan möguleika gegn manni vopnuðum kylfu.
Había aprendido la verdad y nunca olvidó esa lección.
Hann hafði lært sannleikann og gleymdi þeim lexíu aldrei.
Esa arma fue el comienzo de la ley en el nuevo mundo de Buck.
Þetta vopn var upphaf laga í nýja heimi Bucks.
Fue el comienzo de un orden duro y primitivo que no podía negar.
Þetta var upphafið að hörðum, frumstæðum reglum sem hann gat ekki afneitað.
Aceptó la verdad; sus instintos salvajes ahora estaban despiertos.
Hann viðurkenndi sannleikann; villta eðlishvöt hans var nú vakandi.
El mundo se había vuelto más duro, pero Buck lo afrontó con valentía.
Heimurinn hafði orðið harðari, en Buck tókst hugrakkur á við það.

Afrontó la vida con nueva cautela, astucia y fuerza silenciosa.
Hann mætti lífinu með nýrri varúð, slægð og kyrrlátum styrk.
Llegaron más perros, atados con cuerdas o cajas como había estado Buck.
Fleiri hundar komu, bundnir í reipum eða búrum eins og Buck hafði verið.
Algunos perros llegaron con calma, otros se enfurecieron y pelearon como bestias salvajes.
Sumir hundar komu rólega, aðrir æstu og börðust eins og villidýr.
Todos ellos quedaron bajo el dominio del hombre del suéter rojo.
Þau voru öll sett undir stjórn rauðpeysuklædda mannsins.
Cada vez, Buck observaba y veía cómo se desarrollaba la misma lección.
Í hvert skipti horfði Buck á og sá sama lexíuna þróast.
El hombre con el garrote era la ley, un amo al que había que obedecer.
Maðurinn með kylfuna var lögmálið; herra sem hlýða átti.
No necesitaba ser querido, pero sí obedecido.
Hann þurfti ekki að vera vinsæll, en honum þurfti að hlýða.
Buck nunca adulaba ni meneaba la cola como lo hacían los perros más débiles.
Buck rýddi aldrei eða veifaði eins og veikari hundarnir gerðu.
Vio perros que estaban golpeados y todavía lamían la mano del hombre.
Hann sá hunda sem voru barðir og sleiktu samt hönd mannsins.
Vio un perro que no obedecía ni se sometía en absoluto.
Hann sá einn hund sem hvorki hlýddi né gafst upp.
Ese perro luchó hasta que murió en la batalla por el control.
Þessi hundur barðist þar til hann féll í baráttunni um stjórnina.
A veces, desconocidos venían a ver al hombre del suéter rojo.
Ókunnugir komu stundum til að sjá rauðpeysaða manninn.

Hablaban en tonos extraños, suplicando, negociando y riendo.
Þau töluðu í undarlegum rómi, sárbiðjuðu, semdu og hlógu.
Cuando se intercambiaba dinero, se iban con uno o más perros.
Þegar peningarnir voru skipt út fóru þau með einn eða fleiri hunda.
Buck se preguntó a dónde habían ido esos perros, pues ninguno regresaba jamás.
Buck velti fyrir sér hvert þessir hundar fóru, því enginn kom nokkurn tímann aftur.
El miedo a lo desconocido llenaba a Buck cada vez que un hombre extraño se acercaba.
Ótti við óþekktið fyllti Buck í hvert skipti sem ókunnugur maður kom
Se alegraba cada vez que se llevaban a otro perro en lugar de a él mismo.
Hann var feginn í hvert skipti sem annar hundur var tekinn, frekar en hann sjálfur.
Pero finalmente, llegó el turno de Buck con la llegada de un hombre extraño.
En loksins kom röðin að Buck með komu ókunnugs manns.
Era pequeño, fibroso y hablaba un inglés deficiente y decía palabrotas.
Hann var lítill, grannur og talaði brotna ensku og bölvaði.
—¡Sacredam! —gritó cuando vio el cuerpo de Buck.
„Sacredam!" hrópaði hann þegar hann sá líkama Bucks.
—¡Qué perro tan bravucón! ¿Eh? ¿Cuánto? —preguntó en voz alta.
„Þetta er bölvaður óþokki! Ha? Hversu mikið?" spurði hann upphátt.
"Trescientos, y es un regalo a ese precio".
„Þrjú hundruð, og hann er gjöf á því verði,"
—Como es dinero del gobierno, no deberías quejarte, Perrault.
„Þar sem þetta eru ríkisfé, ættirðu ekki að kvarta, Perrault."

Perrault sonrió ante el trato que acababa de hacer con aquel hombre.
Perrault brosti að samningnum sem hann hafði gert við manninn.
El precio de los perros se disparó debido a la repentina demanda.
Verð á hundum hafði hækkað verulega vegna skyndilegrar eftirspurnar.
Trescientos dólares no era injusto para una bestia tan bella.
Þrjú hundruð dollarar voru ekki ósanngjarnt fyrir svona fallega skepnu.
El gobierno canadiense no perdería nada con el acuerdo
Kanadíska ríkisstjórnin myndi ekki tapa neinu á samningnum.
Además sus despachos oficiales tampoco sufrirían demoras en el tránsito.
Opinberar sendingar þeirra myndu heldur ekki tafist í flutningi.
Perrault conocía bien a los perros y podía ver que Buck era algo raro.
Perrault þekkti hunda vel og gat séð að Buck var eitthvað sjaldgæft.
"Uno entre diez diez mil", pensó mientras estudiaba la complexión de Buck.
„Einn af hverjum tíu tíu þúsund," hugsaði hann er hann virti fyrir sér líkamsbyggingu Bucks.
Buck vio que el dinero cambiaba de manos, pero no mostró sorpresa.
Buck sá peningana skipta um hendur en sýndi enga undrun.
Pronto él y Curly, un gentil Terranova, fueron llevados lejos.
Fljótlega voru hann og Krullað, ljúfur nýfundnalandshundur, leiddir burt.
Siguieron al hombrecito desde el patio del suéter rojo.
Þau fylgdu litla manninum úr garði rauðu peysunnar.
Esa fue la última vez que Buck vio al hombre con el garrote de madera.
Þetta var síðasta sinn sem Buck sá manninn með trékylfuna.

Desde la cubierta del Narwhal vio cómo Seattle se desvanecía en la distancia.
Af þilfari Narhvalsins horfði hann á Seattle hverfa í fjarskann.
También fue la última vez que vio las cálidas tierras del Sur.
Þetta var líka í síðasta sinn sem hann sá hið hlýja Suðurland.
Perrault los llevó bajo cubierta y los dejó con François.
Perrault fór með þá niður fyrir þilfar og skildi þá eftir hjá François.
François era un gigante de cara negra y manos ásperas y callosas.
François var svartur risi með hrjúfar, harðlínulaga hendur.
Era oscuro y moreno, un mestizo francocanadiense.
Hann var dökkhærður og dökkhærður; hálfgerður fransk-kanadískur.
Para Buck, estos hombres eran de un tipo que nunca había visto antes.
Fyrir Buck voru þessir menn af þeirri tegund sem hann hafði aldrei séð áður.
En los días venideros conocería a muchos hombres así.
Hann myndi kynnast mörgum slíkum mönnum á komandi dögum.
No llegó a encariñarse con ellos, pero llegó a respetarlos.
Hann varð ekki hrifinn af þeim, en hann fór að virða þá.
Eran justos y sabios, y no se dejaban engañar fácilmente por ningún perro.
Þau voru sanngjörn og vitrir og hundar létu ekki blekkjast auðveldlega.
Juzgaban a los perros con calma y castigaban sólo cuando lo merecían.
Þeir dæmdu hunda rólega og refsuðu aðeins þegar þeir áttu það skilið.
En la cubierta inferior del Narwhal, Buck y Curly se encontraron con dos perros.
Á neðri þilfari Narwhalsins hittu Buck og Krullað tvo hunda.
Uno de ellos era un gran perro blanco procedente de la lejana y gélida región de Spitzbergen.

Annar var stór hvítur hundur frá fjarlægu, ískalda Spitsbergen.
Una vez navegó con un ballenero y se unió a un grupo de investigación.
Hann hafði einu sinni siglt með hvalveiðimanni og gengið til liðs við landmælingahóp.
Era amigable de una manera astuta, deshonesta y tramposa.
Hann var vingjarnlegur á lúmskan, undirförulan og slægan hátt.
En su primera comida, robó un trozo de carne de la sartén de Buck.
Við fyrstu máltíð þeirra stal hann kjötbita af pönnu Bucks.
Buck saltó para castigarlo, pero el látigo de François golpeó primero.
Buck stökk til að refsa honum, en svipan frá François lenti fyrst.
El ladrón blanco gritó y Buck recuperó el hueso robado.
Hvíti þjófurinn öskraði og Buck endurheimti stolna beinið.
Esa imparcialidad impresionó a Buck y François se ganó su respeto.
Þessi sanngirni vakti hrifningu Bucks og François ávann sér virðingu hans.
El otro perro no saludó y no quiso recibir saludos a cambio.
Hinn hundurinn heilsaði ekki og vildi ekkert í staðinn.
No robaba comida ni olfateaba con interés a los recién llegados.
Hann stal hvorki mat né þefaði áhugasöm að nýkomunum.
Este perro era sombrío y silencioso, melancólico y de movimientos lentos.
Þessi hundur var hryggur og hljóður, drungalegur og hægfara.
Le advirtió a Curly que se mantuviera alejada simplemente mirándola fijamente.
Hann varaði Krullað við að halda sig fjarri með því einfaldlega að glápa á hana.
Su mensaje fue claro: déjenme en paz o habrá problemas.

Skilaboð hans voru skýr; látið mig í friði eða það verða vandræði.
Se llamaba Dave y apenas se fijaba en su entorno.
Hann hét Dave og tók varla eftir umhverfi sínu.
Dormía a menudo, comía tranquilamente y bostezaba de vez en cuando.
Hann svaf oft, borðaði rólega og geispaði öðru hvoru.

El barco zumbaba constantemente con la hélice golpeando debajo.
Skipið suðaði stöðugt með sláandi skrúfunni fyrir neðan.
Los días pasaron con pocos cambios, pero el clima se volvió más frío.
Dagarnir liðu án mikilla breytinga, en veðrið kólnaði.
Buck podía sentirlo en sus huesos y notó que los demás también lo sentían.
Buck fann það í beinum sínum og tók eftir því að hinir gerðu það líka.
Entonces, una mañana, la hélice se detuvo y todo quedó en silencio.
Svo einn morguninn stoppaði skrúfan og allt varð kyrrt.
Una energía recorrió la nave; algo había cambiado.
Orka fór um skipið; eitthvað hafði breyst.
François bajó, les puso las correas y los trajo arriba.
François kom niður, batt þá í tauma og færði þá upp.
Buck salió y encontró el suelo suave, blanco y frío.
Buck steig út og fann jörðina mjúka, hvíta og kalda.
Saltó hacia atrás alarmado y resopló totalmente confundido.
Hann stökk aftur á bak í ótta og fnösti í algjöru rugli.
Una extraña sustancia blanca caía del cielo gris.
Undarlegt hvítt efni féll af gráum himni.
Se sacudió, pero los copos blancos seguían cayendo sobre él.
Hann hristi sig, en hvítu flögurnar héldu áfram að lenda á honum.
Olió con cuidado la sustancia blanca y lamió algunos trocitos helados.

Hann þefaði vandlega af hvítu efninu og sleikti nokkra ískalda bita.
El polvo ardió como fuego y luego desapareció de su lengua.
Duftið brann eins og eldur og hvarf svo af tungu hans.
Buck lo intentó de nuevo, desconcertado por la extraña frialdad que desaparecía.
Buck reyndi aftur, undrandi yfir þessum undarlega, hverfandi kulda.
Los hombres que lo rodeaban se rieron y Buck se sintió avergonzado.
Mennirnir í kringum hann hlógu og Buck fannst hann vandræðalegur.
No sabía por qué, pero le avergonzaba su reacción.
Hann vissi ekki af hverju, en hann skammaðist sín fyrir viðbrögð sín.
Fue su primera experiencia con la nieve y le confundió.
Þetta var fyrsta reynsla hans af snjó og það ruglaði hann.

La ley del garrote y el colmillo
Lögmálið um kylfu og vígtennur

El primer día de Buck en la playa de Dyea se sintió como una terrible pesadilla.
Fyrsti dagurinn hjá Buck á Dyea-ströndinni var eins og hræðileg martröð.
Cada hora traía nuevas sorpresas y cambios inesperados para Buck.
Hver klukkustund færði Buck ný áföll og óvæntar breytingar.
Lo habían sacado de la civilización y lo habían arrojado a un caos salvaje.
Hann hafði verið dreginn úr siðmenningunni og kastað út í villt ringulreið.
Aquella no era una vida soleada y tranquila, llena de aburrimiento y descanso.
Þetta var ekkert sólríkt, letilegt líf með leiðindum og hvíld.
No había paz, ni descanso, ni momento sin peligro.
Þar var enginn friður, engin hvíld og engin stund án hættu.
La confusión lo dominaba todo y el peligro siempre estaba cerca.
Ruglingur réði öllu og hættan var alltaf yfirvofandi.
Buck tuvo que mantenerse alerta porque estos hombres y perros eran diferentes.
Buck þurfti að vera vakandi því þessir menn og hundar voru ólíkir.
No eran de pueblos; eran salvajes y sin piedad.
Þau voru ekki úr bæjum; þau voru villt og miskunnarlaus.
Estos hombres y perros sólo conocían la ley del garrote y el colmillo.
Þessir menn og hundar þekktu aðeins lögmálið um kylfu og vígtennur.
Buck nunca había visto perros pelear como estos salvajes huskies.
Buck hafði aldrei séð hunda berjast eins og þessa grimmu huskyhunda.

Su primera experiencia le enseñó una lección que nunca olvidaría.
Fyrsta reynsla hans kenndi honum lexíu sem hann myndi aldrei gleyma.
Tuvo suerte de que no fuera él, o habría muerto también.
Hann var heppinn að þetta var ekki hann, annars hefði hann líka dáið.
Curly fue el que sufrió mientras Buck observaba y aprendía.
Það var Krullað sem þjáðist á meðan Buck horfði á og lærði.
Habían acampado cerca de una tienda construida con troncos.
Þau höfðu sett upp tjaldbúðir nálægt verslun sem var byggð úr trjábolum.
Curly intentó ser amigable con un husky grande, parecido a un lobo.
Krullað reyndi að vera vingjarnlegur við stóran, úlfslíkan husky hund.
El husky era más pequeño que Curly, pero parecía salvaje y malvado.
Husky-hundurinn var minni en Krullað, en leit villtur og grimmur út.
Sin previo aviso, saltó y le abrió el rostro.
Án viðvörunar stökk hann upp og skar hana í andlitið.
Sus dientes la atravesaron desde el ojo hasta la mandíbula en un solo movimiento.
Tennur hans skáru frá auga hennar niður að kjálka í einni hreyfingu.
Así era como peleaban los lobos: golpeaban rápido y saltaban.
Svona börðust úlfar — börðust hratt og stukku í burtu.
Pero había mucho más que aprender de ese único ataque.
En það var meira að læra en af þessari einu árás.
Decenas de huskies entraron corriendo y formaron un círculo silencioso.
Tugir huskyhunda þustu inn og mynduðu þögull hring.
Observaron atentamente y se lamieron los labios con hambre.

Þau horfðu grannt á og sleiktu sér um varirnar af hungri.
Buck no entendió su silencio ni sus miradas ansiosas.
Buck skildi hvorki þögn þeirra né ákaf augnaráð þeirra.
Curly se apresuró a atacar al husky por segunda vez.
Krullað hljóp til að ráðast á husky-hundinn í annað sinn.
Él usó su pecho para derribarla con un movimiento fuerte.
Hann notaði bringuna til að fella hana með kröftugum hreyfingum.
Ella cayó de lado y no pudo levantarse más.
Hún féll á hliðina og gat ekki staðið upp aftur.
Eso era lo que los demás habían estado esperando todo el tiempo.
Þetta var það sem hinir höfðu beðið eftir allan tímann.
Los perros esquimales saltaron sobre ella, aullando y gruñendo frenéticamente.
Husky-hundarnir stukku á hana, æptu og urruðu af æði.
Ella gritó cuando la enterraron bajo una pila de perros.
Hún öskraði þegar þeir grófu hana undir haug af hundum.
El ataque fue tan rápido que Buck se quedó paralizado por la sorpresa.
Árásin var svo hröð að Buck fraus kyrr af áfalli.
Vio a Spitz sacar la lengua de una manera que parecía una risa.
Hann sá Spitz stinga út tungunni á þann hátt sem leit út eins og hlátur.
François cogió un hacha y corrió directamente hacia el grupo de perros.
François greip öxi og hljóp beint inn í hundahópinn.
Otros tres hombres usaron palos para ayudar a ahuyentar a los perros esquimales.
Þrír aðrir menn notuðu kylfur til að hjálpa til við að reka husky-hundana í burtu.
En sólo dos minutos, la pelea terminó y los perros desaparecieron.
Eftir aðeins tvær mínútur var bardaganum lokið og hundarnir voru farnir.

Curly yacía muerta en la nieve roja y pisoteada, con su cuerpo destrozado.
Krulluð lá dauð í rauða, troðnum snjónum, líkami hennar rifinn í sundur.
Un hombre de piel oscura estaba de pie sobre ella, maldiciendo la brutal escena.
Dökkhærður maður stóð yfir henni og formælti hrottalegu atriðinu.
El recuerdo permaneció con Buck y atormentó sus sueños por la noche.
Minningin lifði með Buck og ásótti drauma hans á nóttunni.
Así era aquí: sin justicia, sin segundas oportunidades.
Þannig var það hér; engin réttlæti, ekkert annað tækifæri.
Una vez que un perro caía, los demás lo mataban sin piedad.
Þegar hundur féll, drápu hinir hann miskunnarlaust.
Buck decidió entonces que nunca se permitiría caer.
Buck ákvað þá að hann myndi aldrei leyfa sér að falla.
Spitz volvió a sacar la lengua y se rió de la sangre.
Spitz stakk aftur út tungunni og hló að blóðinu.
Desde ese momento, Buck odió a Spitz con todo su corazón.
Frá þeirri stundu hataði Buck Spitz af öllu hjarta.

Antes de que Buck pudiera recuperarse de la muerte de Curly, sucedió algo nuevo.
Áður en Buck gat jafnað sig eftir dauða Krullað gerðist eitthvað nýtt.
François se acercó y ató algo alrededor del cuerpo de Buck.
François kom til og spennti eitthvað utan um líkama Bucks.
Era un arnés como los que usaban los caballos en el rancho.
Þetta var beisli eins og þau sem notuð eru á hestum á búgarðinum.
Así como Buck había visto trabajar a los caballos, ahora él también estaba obligado a trabajar.
Eins og Buck hafði séð hesta vinna, var hann nú líka látinn vinna.
Tuvo que arrastrar a François en un trineo hasta el bosque cercano.

Hann þurfti að draga François á sleða inn í skóginn í nágrenninu.
Después tuvo que arrastrar una carga de leña pesada.
Þá þurfti hann að draga til baka hlass af þungum eldiviði.
Buck era orgulloso, por eso le dolía que lo trataran como a un animal de trabajo.
Buck var stoltur, svo það særði hann að vera meðhöndlaður eins og vinnudýr.
Pero él era sabio y no intentó luchar contra la nueva situación.
En hann var vitur og reyndi ekki að berjast við nýju aðstæðurnar.
Aceptó su nueva vida y dio lo mejor de sí en cada tarea.
Hann tók nýja lífinu fagnandi og lagði sig allan fram í hverju verki.
Todo en la obra le resultaba extraño y desconocido.
Allt við verkið var honum framandi og ókunnugt.
Francisco era estricto y exigía obediencia sin demora.
Frans var strangur og krafðist hlýðni án tafar.
Su látigo garantizaba que cada orden fuera seguida al instante.
Svipan hans tryggði að hverri skipun væri fylgt samstundis.
Dave era el que conducía el trineo, el perro que estaba más cerca de él, detrás de Buck.
Dave var hjólreiðamaðurinn, hundurinn sem var næstur sleðanum á eftir Buck.
Dave mordió a Buck en las patas traseras si cometía un error.
Dave beit Buck í afturfæturna ef hann gerði mistök.
Spitz era el perro líder, hábil y experimentado en su función.
Spitz var leiðtogahundurinn, hæfur og reynslumikill í hlutverkinu.
Spitz no pudo alcanzar a Buck fácilmente, pero aún así lo corrigió.
Spitz náði ekki auðveldlega til Bucks, en leiðrétti hann samt.
Gruñó con dureza o tiró del trineo de maneras que le enseñaron a Buck.

Hann urraði harkalega eða dró sleðann á þann hátt sem kenndi Buck.

Con este entrenamiento, Buck aprendió más rápido de lo que cualquiera de ellos esperaba.

Í þessari þjálfun lærði Buck hraðar en nokkur þeirra bjóst við.

Trabajó duro y aprendió tanto de François como de los otros perros.

Hann vann hörðum höndum og lærði bæði af François og hinum hundunum.

Cuando regresaron, Buck ya conocía los comandos clave.

Þegar þau komu aftur kunni Buck þegar lykilskipanirnar.

Aprendió a detenerse al oír la palabra "ho" gracias a François.

Hann lærði að stoppa við hljóðið „hó" frá François.

Aprendió cuando tenía que tirar del trineo y correr.

Hann lærði þegar hann þurfti að draga sleðann og hlaupa.

Aprendió a girar abiertamente en las curvas del camino sin problemas.

Hann lærði að beygja breitt í beygjum á slóðanum án vandræða.

También aprendió a evitar a Dave cuando el trineo descendía rápidamente.

Hann lærði líka að forðast Dave þegar sleðinn fór hratt niður á við.

"Son perros muy buenos", le dijo orgulloso François a Perrault.

„Þetta eru mjög góðir hundar," sagði François stoltur við Perrault.

"Ese Buck tira como un demonio. Le enseño rapidísimo".

„Þessi Buck togar eins og helvíti — ég kenni honum það eins fljótt og auðið er."

Más tarde ese día, Perrault regresó con dos perros husky más.

Seinna sama dag kom Perrault aftur með tvo husky-hunda til viðbótar.

Se llamaban Billee y Joe y eran hermanos.

Þeir hétu Billee og Joe og voru bræður.
Venían de la misma madre, pero no se parecían en nada.
Þau komu frá sömu móður en voru alls ekki eins.
Billee era de carácter dulce y muy amigable con todos.
Billee var ljúfmannleg og mjög vingjarnleg við alla.
Joe era todo lo contrario: tranquilo, enojado y siempre gruñendo.
Joe var andstæðan — rólegur, reiður og alltaf urrandi.
Buck los saludó de manera amigable y se mostró tranquilo con ambos.
Buck heilsaði þeim vingjarnlega og var rólegur við bæði.
Dave no les prestó atención y permaneció en silencio como siempre.
Dave gaf þeim engan gaum og þagði eins og venjulega.
Spitz atacó primero a Billee, luego a Joe, para demostrar su dominio.
Spitz réðst fyrst á Billee, síðan Joe, til að sýna yfirburði sína.
Billee movió la cola y trató de ser amigable con Spitz.
Billee veifaði rófunni og reyndi að vera vingjarnlegur við Spitz.
Cuando eso no funcionó, intentó huir.
Þegar það virkaði ekki reyndi hann að flýja í staðinn.
Lloró tristemente cuando Spitz lo mordió fuerte en el costado.
Hann grét dapurlega þegar Spitz beit hann fast í hliðina.
Pero Joe era muy diferente y se negaba a dejarse intimidar.
En Jói var mjög ólíkur og vildi ekki láta leggja í einelti.
Cada vez que Spitz se acercaba, Joe giraba rápidamente para enfrentarlo.
Í hvert skipti sem Spitz kom nærri sneri Joe sér hratt við til að horfast í augu við hann.
Su pelaje se erizó, sus labios se curvaron y sus dientes chasquearon salvajemente.
Feldurinn hans gnæfði, varirnar krulluðust og tennurnar brotnuðu villt.
Los ojos de Joe brillaron de miedo y rabia, desafiando a Spitz a atacar.

Augu Joes glitruðu af ótta og reiði og ögruðu Spitz til að ráðast til högga.

Spitz abandonó la lucha y se alejó, humillado y enojado.

Spitz gafst upp á bardaganum og sneri sér undan, auðmýktur og reiður.

Descargó su frustración en el pobre Billee y lo ahuyentó.

Hann lét gremju sína út á vesalings Billee og rak hann í burtu.

Esa noche, Perrault añadió un perro más al equipo.

Um kvöldið bætti Perrault einum hundi í viðbót við hópinn.

Este perro era viejo, delgado y cubierto de cicatrices de batalla.

Þessi hundur var gamall, grannur og þakinn örum eftir bardaga.

Le faltaba un ojo, pero el otro brillaba con poder.

Annað augað hans vantaði, en hitt glóði af krafti.

El nombre del nuevo perro era Solleks, que significaba "el enojado".

Nýi hundurinn hét Solleks, sem þýddi Hinn reiði.

Al igual que Dave, Solleks no pidió nada a los demás y no dio nada a cambio.

Eins og Dave bað Solleks ekki aðra um neitt og gaf ekkert til baka.

Cuando Solleks entró lentamente al campamento, incluso Spitz se mantuvo alejado.

Þegar Solleks gekk hægt inn í búðirnar, hélt jafnvel Spitz sig fjarri.

Tenía un hábito extraño que Buck tuvo la mala suerte de descubrir.

Hann hafði undarlegan vana sem Buck var óheppinn að uppgötva.

A Solleks le disgustaba que se acercaran a él por el lado donde estaba ciego.

Solleks hataði að vera nálgast af þeirri hlið þar sem hann var blindur.

Buck no sabía esto y cometió ese error por accidente.

Buck vissi þetta ekki og gerði þessi mistök fyrir slysni.

Solleks se dio la vuelta y cortó el hombro de Buck profunda y rápidamente.
Solleks sneri sér við og skar Buck djúpt og hratt í öxlina.

A partir de ese momento, Buck nunca se acercó al lado ciego de Solleks.
Frá þeirri stundu kom Buck aldrei nálægt blindhlið Solleks.

Nunca volvieron a tener problemas durante el resto del tiempo que estuvieron juntos.
Þau lentu aldrei í vandræðum aftur það sem eftir var af tímanum sem þau voru saman.

Solleks sólo quería que lo dejaran solo, como el tranquilo Dave.
Solleks vildi bara vera í friði, eins og hljóði Dave.

Pero Buck se enteraría más tarde de que cada uno tenía otro objetivo secreto.
En Buck myndi síðar komast að því að þau höfðu hvort um sig annað leynilegt markmið.

Esa noche, Buck se enfrentó a un nuevo y preocupante desafío: cómo dormir.
Um nóttina stóð Buck frammi fyrir nýrri og erfiðri áskorun — hvernig ætti hann að sofa.

La tienda brillaba cálidamente con la luz de las velas en el campo nevado.
Tjaldið glóði hlýlega af kertaljósi í snæviþöktum reitnum.

Buck entró, pensando que podría descansar allí como antes.
Buck gekk inn og hugsaði sér að þar gæti hann hvílst eins og áður.

Pero Perrault y François le gritaron y le lanzaron sartenes.
En Perrault og François öskruðu á hann og köstuðu pönnum.

Sorprendido y confundido, Buck corrió hacia el frío helado.
Í áfalli og ruglaður hljóp Buck út í ísinn.

Un viento amargo le azotó el hombro herido y le congeló las patas.
Beiskur vindur stakk særða öxlina hans og fraus loppurnar.

Se tumbó en la nieve y trató de dormir al aire libre.
Hann lagðist niður í snjóinn og reyndi að sofa úti í opnu landi.

Pero el frío pronto le obligó a levantarse de nuevo, temblando mucho.
En kuldinn neyddi hann fljótlega til að standa aftur upp, skjálfandi illa.
Deambuló por el campamento intentando encontrar un lugar más cálido.
Hann reikaði um tjaldstæðið og reyndi að finna hlýrri stað.
Pero cada rincón estaba tan frío como el anterior.
En hvert horn var jafn kalt og það fyrra.
A veces, perros salvajes saltaban sobre él desde la oscuridad.
Stundum stukku villtir hundar að honum úr myrkrinu.
Buck erizó su pelaje, mostró los dientes y gruñó en señal de advertencia.
Buck strauk feldinn, sýndi tennurnar og urraði viðvörunarhljóð.
Estaba aprendiendo rápido y los otros perros se alejaban rápidamente.
Hann var fljótur að læra og hinir hundarnir hættu fljótt.
Aún así, no tenía dónde dormir ni idea de qué hacer.
Samt hafði hann engan stað til að sofa og vissi ekki hvað hann ætti að gera.
Por fin se le ocurrió una idea: ver cómo estaban sus compañeros de equipo.
Loksins datt honum í hug — athuga með liðsfélagana sína.
Regresó a su zona y se sorprendió al descubrir que habían desaparecido.
Hann sneri aftur á svæðið þeirra og varð undrandi að sjá þau farin.
Nuevamente buscó por todo el campamento, pero todavía no pudo encontrarlos.
Hann leitaði aftur í búðunum en fann þá ekki.
Sabía que ellos no podían estar en la tienda, o él también lo estaría.
Hann vissi að þau mættu ekki vera í tjaldinu, annars yrði hann það líka.
Entonces ¿a dónde se habían ido todos los perros en este campamento helado?

Hvert voru allir hundarnir þá farnir í þessum frosnu búðum?
Buck, frío y miserable, caminó lentamente alrededor de la tienda.
Buck, kaldur og vansæll, gekk hægt í hringi umhverfis tjaldið.
De repente, sus patas delanteras se hundieron en la nieve blanda y lo sobresaltó.
Skyndilega sukku framfætur hans ofan í mjúkan snjó og hræddu hann.
Algo se movió bajo sus pies y saltó hacia atrás asustado.
Eitthvað kipptist til undir fótum hans og hann stökk aftur á bak af ótta.
Gruñó y rugió sin saber qué había debajo de la nieve.
Hann urraði og urraði, án þess að vita hvað leynist undir snjónum.
Entonces oyó un ladrido amistoso que alivió su miedo.
Þá heyrði hann vingjarnlegt lítið gelt sem róaði ótta hans.
Olfateó el aire y se acercó para ver qué estaba oculto.
Hann þefaði út í loftið og kom nær til að sjá hvað leyndist.
Bajo la nieve, acurrucada en una bola cálida, estaba la pequeña Billee.
Undir snjónum, krullaður saman í hlýjan kúlu, lá litli Billee.
Billee movió la cola y lamió la cara de Buck para saludarlo.
Billee veifaði rófunni og sleikti andlit Bucks til að heilsa honum.
Buck vio cómo Billee había hecho un lugar para dormir en la nieve.
Buck sá hvernig Billee hafði búið til svefnstað í snjónum.
Había cavado y usado su propio calor para mantenerse caliente.
Hann hafði grafið sig niður og notað sinn eigin hita til að halda á sér hita.
Buck había aprendido otra lección: así era como dormían los perros.
Buck hafði lært aðra lexíu — svona sváfu hundarnir.
Eligió un lugar y comenzó a cavar su propio hoyo en la nieve.

Hann valdi sér stað og byrjaði að grafa sína eigin holu í snjónum.
Al principio, se movía demasiado y desperdiciaba energía.
Í fyrstu hreyfði hann sig of mikið og sóaði orku.
Pero pronto su cuerpo calentó el espacio y se sintió seguro.
En fljótlega hlýjaði líkami hans rýmið og hann fann fyrir öryggi.
Se acurrucó fuertemente y al poco tiempo estaba profundamente dormido.
Hann krullaði sig þétt saman og áður en langt um leið var hann sofnaður fast.
El día había sido largo y duro, y Buck estaba exhausto.
Dagurinn hafði verið langur og erfiður og Buck var úrvinda.
Durmió profundamente y cómodamente, aunque sus sueños fueron salvajes.
Hann svaf djúpt og þægilega, þótt draumarnir væru villtir.
Gruñó y ladró mientras dormía, retorciéndose mientras soñaba.
Hann urraði og gelti í svefni sínum, snéri sér við í draumnum.

Buck no se despertó hasta que el campamento ya estaba cobrando vida.
Buck vaknaði ekki fyrr en búðirnar voru þegar farnar að lifna við.
Al principio, no sabía dónde estaba ni qué había sucedido.
Í fyrstu vissi hann ekki hvar hann var eða hvað hafði gerst.
Había nevado durante la noche y había enterrado completamente su cuerpo.
Snjór hafði fallið í nótt og grafið lík hans alveg.
La nieve lo apretaba por todos lados.
Snjórinn þrýsti sér að honum, þéttur á allar hliðar.
De repente, una ola de miedo recorrió todo el cuerpo de Buck.
Skyndilega fór óttabylgja um allan líkama Bucks.
Era el miedo a quedar atrapado, un miedo que provenía de instintos profundos.

Það var óttinn við að vera fastur, ótti sem kom frá djúpum eðlishvötum.
Aunque nunca había visto una trampa, el miedo vivía dentro de él.
Þótt hann hefði aldrei séð gildru, bjó óttinn innra með honum.
Era un perro domesticado, pero ahora sus viejos instintos salvajes estaban despertando.
Hann var tamur hundur, en nú voru gömlu villtu eðlishvöt hans að vakna.
Los músculos de Buck se tensaron y se le erizó el pelaje por toda la espalda.
Vöðvar Bucks spenntust og feldurinn reis upp um allan bak hans.
Gruñó ferozmente y saltó hacia arriba a través de la nieve.
Hann urraði grimmilega og stökk beint upp í gegnum snjóinn.
La nieve voló en todas direcciones cuando estalló la luz del día.
Snjórinn flaug í allar áttir þegar hann braust út í dagsbirtuna.
Incluso antes de aterrizar, Buck vio el campamento extendido ante él.
Jafnvel áður en Buck lenti sá hann herbúðirnar teygja sig út fyrir framan sig.
Recordó todo del día anterior, de repente.
Hann mundi allt frá deginum áður, allt í einu.
Recordó pasear con Manuel y terminar en ese lugar.
Hann mundi eftir að hafa rölt með Manuel og endað á þessum stað.
Recordó haber cavado el hoyo y haberse quedado dormido en el frío.
Hann mundi eftir að hafa grafið holuna og sofnað í kuldanum.
Ahora estaba despierto y el mundo salvaje que lo rodeaba estaba claro.
Nú var hann vakinn og villiheimurinn í kringum hann var bjartur.
Un grito de François saludó la repentina aparición de Buck.
Óp frá François fagnaði skyndilegri komu Bucks.

—¿Qué te dije? —gritó en voz alta el conductor del perro a Perrault.
„Hvað sagði ég?" hrópaði hundaeigandinn hátt til Perraults.
"Ese Buck sin duda aprende muy rápido", añadió François.
„Þessi Buck lærir svo sannarlega fljótt," bætti François við.
Perrault asintió gravemente, claramente satisfecho con el resultado.
Perrault kinkaði kolli alvarlega, greinilega ánægður með niðurstöðuna.
Como mensajero del gobierno canadiense, transportaba despachos.
Sem sendiboði fyrir kanadísku ríkisstjórnina flutti hann sendingar.
Estaba ansioso por encontrar los mejores perros para su importante misión.
Hann var ákafur að finna bestu hundana fyrir mikilvægt verkefni sitt.
Se sintió especialmente complacido ahora que Buck era parte del equipo.
Hann var sérstaklega ánægður nú að Buck væri hluti af hópnum.
Se agregaron tres huskies más al equipo en una hora.
Þrír huskyhundar til viðbótar bættust í hópinn innan klukkustundar.
Eso elevó el número total de perros en el equipo a nueve.
Þar með voru hundarnir í liðinu orðnir níu talsins.
En quince minutos todos los perros estaban en sus arneses.
Innan fimmtán mínútna voru allir hundarnir komnir í beisli sín.
El equipo de trineos avanzaba por el sendero hacia Dyea Cañón.
Sleðaliðið var að sveifla upp slóðann í átt að Dyea Cañon.
Buck se sintió contento de partir, incluso si el trabajo que tenía por delante era duro.
Buck var ánægður með að vera að fara, jafnvel þótt verkið framundan væri erfitt.

Descubrió que no despreciaba especialmente el trabajo ni el frío.
Hann fann að hann fyrirleit ekki vinnuna né kuldann sérstaklega.
Le sorprendió el entusiasmo que llenaba a todo el equipo.
Hann varð hissa á þeim áhuga sem fyllti allt liðið.
Aún más sorprendente fue el cambio que se produjo en Dave y Solleks.
Enn óvæntara var sú breyting sem hafði orðið á Dave og Solleks.
Estos dos perros eran completamente diferentes cuando estaban enjaezados.
Þessir tveir hundar voru gjörólíkir þegar þeir voru í beisli.
Su pasividad y falta de preocupación habían desaparecido por completo.
Þögn þeirra og áhugaleysi var alveg horfið.
Estaban alertas y activos, y ansiosos por hacer bien su trabajo.
Þau voru vakandi og virk og vildu vinna verk sín vel.
Se irritaban ferozmente ante cualquier cosa que causara retraso o confusión.
Þeir urðu afar pirraðir yfir öllu sem olli töfum eða ruglingi.
El duro trabajo en las riendas era el centro de todo su ser.
Erfiði taumhaldið var kjarninn í allri þeirra tilveru.
Tirar del trineo parecía ser lo único que realmente disfrutaban.
Sleðadráttur virtist vera það eina sem þeim fannst virkilega gaman að gera.
Dave estaba en la parte de atrás del grupo, más cerca del trineo.
Dave var aftast í hópnum, næst sleðanum sjálfum.
Buck fue colocado delante de Dave, y Solleks se adelantó a Buck.
Buck var settur fyrir framan Dave og Solleks dró sig á undan Buck.
El resto de los perros estaban dispersos adelante, en una sola fila.

Hinir hundarnir voru tengdir á undan í einni röð.
La posición de cabeza en la parte delantera quedó ocupada por Spitz.
Spitz fyllti fremsta sætið.
Buck había sido colocado entre Dave y Solleks para recibir instrucción.
Buck hafði verið settur á milli Dave og Solleks til kennslu.
Él aprendía rápido y sus profesores eran firmes y capaces.
Hann var fljótur að læra og þeir voru ákveðnir og færir kennarar.
Nunca permitieron que Buck permaneciera en el error por mucho tiempo.
Þeir leyfðu Buck aldrei að vera lengi á villigötum.
Enseñaron sus lecciones con dientes afilados cuando era necesario.
Þeir kenndu lexíurnar sínar með beittum tönnum þegar þörf krefði.
Dave era justo y mostraba un tipo de sabiduría tranquila y seria.
Dave var sanngjarn og sýndi hljóðláta og alvarlega visku.
Él nunca mordió a Buck sin una buena razón para hacerlo.
Hann beit aldrei Buck án þess að hafa góða ástæðu til þess.
Pero nunca dejó de morder cuando Buck necesitaba corrección.
En hann brást aldrei við að bíta þegar Buck þurfti leiðréttingu.
El látigo de Francisco estaba siempre listo y respaldaba su autoridad.
Svipa François var alltaf tilbúin og studdi vald þeirra.
Buck pronto descubrió que era mejor obedecer que defenderse.
Buck komst fljótt að því að betra var að hlýða en að berjast á móti.
Una vez, durante un breve descanso, Buck se enredó en las riendas.
Einu sinni, í stuttri hvíld, flæktist Buck í taumunum.
Retrasó el inicio y confundió los movimientos del equipo.
Hann seinkaði ræsingunni ogruglaði hreyfingu liðsins.

Dave y Solleks se abalanzaron sobre él y le dieron una paliza brutal.
Dave og Solleks flugu á hann og börðu hann harkalega.
El enredo sólo empeoró, pero Buck aprendió bien la lección.
Flækjan versnaði bara, en Buck lærði sína lexíu vel.
A partir de entonces, mantuvo las riendas tensas y trabajó con cuidado.
Þaðan í frá hélt hann taumunum stífum og vann vandlega.
Antes de que terminara el día, Buck había dominado gran parte de su tarea.
Áður en deginum lauk hafði Buck náð tökum á stórum hluta verkefnisins.
Sus compañeros casi dejaron de corregirlo y morderlo.
Liðsfélagar hans hættu næstum því að leiðrétta hann eða bíta.
El látigo de François resonaba cada vez con menos frecuencia en el aire.
Svipa François braust sjaldnar og sjaldnar í loftinu.
Perrault incluso levantó los pies de Buck y examinó cuidadosamente cada pata.
Perrault lyfti meira að segja fótum Bucks og skoðaði vandlega hverja loppu.
Había sido un día de carrera duro, largo y agotador para todos ellos.
Þetta hafði verið erfiður hlaupadagur, langur og þreytandi fyrir þau öll.
Viajaron por el Cañón, atravesando Sheep Camp y pasando por Scales.
Þau ferðuðust upp Cañón, í gegnum Sheep Camp og framhjá Scales.
Cruzaron la línea de árboles, luego glaciares y bancos de nieve de muchos metros de profundidad.
Þau fóru yfir skógarmörkin, síðan jökla og margra feta djúpa snjóskafla.
Escalaron la gran, fría y prohibitiva divisoria de Chilkoot.
Þau klifru upp hina miklu, köldu og ógnvekjandi Chilkoot-kvísl.

Esa alta cresta se encontraba entre el agua salada y el interior helado.
Þessi hái hryggur stóð á milli saltvatns og frosnu innri jarðar.
Las montañas custodiaban con hielo y empinadas subidas el triste y solitario Norte.
Fjöllin vörðuðu hið dapurlega og einmana norðurland með ís og bröttum brekkum.
Avanzaron a buen ritmo por una larga cadena de lagos debajo de la divisoria.
Þau nutu góðs tíma niður langa keðju vatna fyrir neðan skilin.
Esos lagos llenaban los antiguos cráteres de volcanes extintos.
Þessi vötn fylltu forna gíga útdauðra eldfjalla.
Tarde esa noche, llegaron a un gran campamento en el lago Bennett.
Seint um kvöldið komu þeir að stórum tjaldbúðum við Bennett-vatn.
Miles de buscadores de oro estaban allí, construyendo barcos para la primavera.
Þúsundir gullleitenda voru þar að smíða báta fyrir vorið.
El hielo se rompería pronto y tenían que estar preparados.
Ísinn myndi brátt brotna og þeir urðu að vera viðbúnir.
Buck cavó su hoyo en la nieve y cayó en un sueño profundo.
Buck gróf holu sína í snjónum og sofnaði djúpt.
Durmió como un trabajador, exhausto por la dura jornada de trabajo.
Hann svaf eins og verkamaður, úrvinda eftir erfiðan dag.
Pero demasiado pronto, en la oscuridad, fue sacado del sueño.
En of snemma í myrkrinu var hann dreginn upp úr svefni.
Fue enganchado nuevamente con sus compañeros y sujeto al trineo.
Hann var beislaður aftur með félögum sínum og festur við sleðann.
Aquel día hicieron cuarenta millas, porque la nieve estaba muy pisoteada.

Þann dag óku þau fjörutíu mílur, því að snjórinn var vel troðinn.
Al día siguiente, y durante muchos días más, la nieve estaba blanda.
Daginn eftir, og í marga daga á eftir, var snjórinn mjúkur.
Tuvieron que hacer el camino ellos mismos, trabajando más duro y moviéndose más lento.
Þau urðu að leggja leiðina sjálf, vinna meira og fara hægar.
Por lo general, Perrault caminaba delante del equipo con raquetas de nieve palmeadas.
Venjulega gekk Perrault á undan liðinu á snjóþrúgum með vefjum.
Sus pasos compactaron la nieve, facilitando el movimiento del trineo.
Skref hans þjöppuðu snjóinn og auðveldaði sleðanum að hreyfast.
François, que dirigía el barco desde la dirección, a veces tomaba el relevo.
François, sem stýrði frá stönginni, tók stundum við.
Pero era raro que François tomara la iniciativa.
En það var sjaldgæft að François tæki forystuna.
porque Perrault tenía prisa por entregar las cartas y los paquetes.
því að Perrault var í óðaönn að afhenda bréfin og pakkana.
Perrault estaba orgulloso de su conocimiento de la nieve, y especialmente del hielo.
Perrault var stoltur af þekkingu sinni á snjó, og sérstaklega ís.
Ese conocimiento era esencial porque el hielo en otoño era peligrosamente delgado.
Sú þekking var nauðsynleg, því haustísinn var hættulega þunnur.
Allí donde el agua fluía rápidamente bajo la superficie, no había hielo en absoluto.
Þar sem vatn rann hratt undir yfirborðinu var enginn ís yfir höfuð.

Día tras día, la misma rutina se repetía sin fin.

Dag eftir dag endurtók sama rútínan sig án enda.
Buck trabajó incansablemente en las riendas desde el amanecer hasta la noche.
Buck stritaði endalaust í taumunum frá dögun til kvölds.
Abandonaron el campamento en la oscuridad, mucho antes de que saliera el sol.
Þau yfirgáfu tjaldbúðirnar í myrkrinu, löngu áður en sólin var komin upp.
Cuando amaneció, ya habían recorrido muchos kilómetros.
Þegar dagsbirta rann voru margar mílur þegar að baki þeim.
Acamparon después del anochecer, comieron pescado y excavaron en la nieve.
Þau settu upp tjaldbúðir eftir að myrkrið skall á, borðuðu fisk og grófu sig í snjó.
Buck siempre tenía hambre y nunca estaba realmente satisfecho con su ración.
Buck var alltaf svangur og aldrei alveg ánægður með matinn sinn.
Recibía una libra y media de salmón seco cada día.
Hann fékk eitt og hálft pund af þurrkuðum laxi á hverjum degi.
Pero la comida parecía desaparecer dentro de él, dejando atrás el hambre.
En maturinn virtist hverfa innra með honum og skildi hungrið eftir.
Sufría constantes dolores de hambre y soñaba con más comida.
Hann þjáðist af stöðugum hungurkvölum og dreymdi um meiri mat.
Los otros perros sólo ganaron una libra, pero se mantuvieron fuertes.
Hinir hundarnir fengu aðeins eitt pund af mat, en þeir héldu áfram að vera sterkir.
Eran más pequeños y habían nacido en la vida del norte.
Þau voru minni og höfðu fæðst inn í lífið á norðlægum slóðum.

Perdió rápidamente la meticulosidad que había caracterizado su antigua vida.
Hann missti fljótt þá nákvæmni sem hafði einkennt fyrra líf hans.
Había sido un comensal delicado, pero ahora eso ya no era posible.
Hann hafði verið mikill matarlystarmaður, en nú var það ekki lengur mögulegt.
Sus compañeros terminaron primero y le robaron su ración sobrante.
Félagar hans kláruðu fyrstir og rændu honum ókláruðum skammti hans.
Una vez que empezaron, no había forma de defender su comida de ellos.
Þegar þeir voru byrjaðir var engin leið að verja matinn hans fyrir þeim.
Mientras él luchaba contra dos o tres perros, los otros le robaron el resto.
Á meðan hann barðist við tvo eða þrjá hunda, stálu hinir afganginum.
Para solucionar esto, comenzó a comer tan rápido como los demás.
Til að laga þetta byrjaði hann að borða jafn hratt og hinir borðuðu.
El hambre lo empujó tan fuerte que incluso tomó comida que no era suya.
Hungrið ýtti svo mikið undir hann að hann borðaði jafnvel mat sem ekki var hans eigin.
Observó a los demás y aprendió rápidamente de sus acciones.
Hann fylgdist með hinum og lærði fljótt af gjörðum þeirra.
Vio a Pike, un perro nuevo, robarle una rebanada de tocino a Perrault.
Hann sá Pike, nýjan hund, stela beikonsneið frá Perrault.
Pike había esperado hasta que Perrault se dio la espalda para robarle el tocino.

Pike hafði beðið þangað til Perrault hafði snúið baki við til að stela beikoninu.

Al día siguiente, Buck copió a Pike y robó todo el trozo.

Daginn eftir hermdi Buck eftir Pike og stal öllum klumpnum.

Se produjo un gran alboroto, pero no se sospechó de Buck.

Mikil uppnámi fylgdi í kjölfarið, en Buck var ekki grunaður.

Dub, un perro torpe que siempre era atrapado, fue castigado.

Dub, klaufalegur hundur sem alltaf var gripinn, var refsað í staðinn.

Ese primer robo marcó a Buck como un perro apto para sobrevivir en el Norte.

Þessi fyrsti þjófnaður markaði Buck sem hund sem hæfan til að lifa af í norðri.

Demostró que podía adaptarse a nuevas condiciones y aprender rápidamente.

Hann sýndi að hann gat aðlagað sig að nýjum aðstæðum og lært hratt.

Sin esa adaptabilidad, habría muerto rápida y gravemente.

Án slíkrar aðlögunarhæfni hefði hann dáið hratt og illa.

También marcó el colapso de su naturaleza moral y de sus valores pasados.

Það markaði einnig niðurbrot siðferðislegs eðlis hans og fyrri gildi.

En el Sur, había vivido bajo la ley del amor y la bondad.

Á Suðurlandi hafði hann lifað undir lögmáli kærleika og góðvildar.

Allí tenía sentido respetar la propiedad y los sentimientos de los otros perros.

Þar var skynsamlegt að virða eignir og tilfinningar annarra hunda.

Pero en el Norte se aplicaba la ley del garrote y la ley del colmillo.

En Norðurlandið fylgdi lögum um kylfu og lögum um vígtennur.

Quienquiera que respetara los viejos valores aquí sería un tonto y fracasaría.

Sá sem virti gömul gildi hér var heimskur og myndi mistakast.

Buck no razonó todo esto en su mente.
Buck hugsaði ekki allt þetta út í huga sér.
Estaba en forma y se adaptó sin necesidad de pensar.
Hann var í formi og aðlagaði sig því án þess að þurfa að hugsa.
Durante toda su vida, nunca había huido de una pelea.
Alla ævi hafði hann aldrei flúið bardaga.
Pero el garrote de madera del hombre del suéter rojo cambió esa regla.
En trékylfan hjá manninum í rauða peysunni breytti þeirri reglu.
Ahora seguía un código más profundo y antiguo escrito en su ser.
Nú fylgdi hann dýpri, eldri kóða sem var ritaður í veru hans.
No robó por placer sino por el dolor del hambre.
Hann stal ekki af ánægju, heldur af hungursneyð.
Él nunca robaba abiertamente, sino que hurtaba con astucia y cuidado.
Hann rændi aldrei opinberlega, heldur stal af lævísi og gætni.
Actuó por respeto al garrote de madera y por miedo al colmillo.
Hann gerði það af virðingu fyrir trékylfunni og ótta við vígtennuna.
En resumen, hizo lo que era más fácil y seguro que no hacerlo.
Í stuttu máli gerði hann það sem var auðveldara og öruggara en að gera það ekki.
Su desarrollo —o quizás su regreso a los viejos instintos— fue rápido.
Þroski hans — eða kannski afturhvarf hans til gamalla eðlishvöta — var hraður.
Sus músculos se endurecieron hasta sentirse tan fuertes como el hierro.
Vöðvarnir hans harðnuðu þar til þeir voru eins sterkir og járn.
Ya no le importaba el dolor, a menos que fuera grave.
Hann var ekki lengur hræddur við sársaukann, nema hann væri alvarlegur.

Se volvió eficiente por dentro y por fuera, sin desperdiciar nada.
Hann varð duglegur að innan sem utan og sóaði engu.
Podía comer cosas viles, podridas o difíciles de digerir.
Hann gat borðað það sem var viðurstyggilegt, rotið eða erfitt að melta.
Todo lo que comía, su estómago aprovechaba hasta el último vestigio de valor.
Hvað sem hann át, þá notaði maginn hans hverja einustu bita af verðmætum.
Su sangre transportaba los nutrientes a través de su poderoso cuerpo.
Blóð hans bar næringarefnin langt um allan öfluga líkama hans.
Esto creó tejidos fuertes que le dieron una resistencia increíble.
Þetta byggði upp sterka vefi sem gáfu honum ótrúlega þolgæði.
Su vista y su olfato se volvieron mucho más sensibles que antes.
Sjón hans og lyktarskyn urðu miklu næmari en áður.
Su audición se agudizó tanto que podía detectar sonidos débiles durante el sueño.
Heyrn hans varð svo skarp að hann gat greint dauf hljóð í svefni.
Sabía en sueños si los sonidos significaban seguridad o peligro.
Hann vissi í draumum sínum hvort hljóðin þýddu öryggi eða hættu.
Aprendió a morder el hielo entre los dedos de los pies con los dientes.
Hann lærði að bíta ísinn á milli tánna með tönnunum.
Si un charco de agua se congelaba, rompía el hielo con las piernas.
Ef vatnsból fraus yfir, braut hann ísinn með fótunum.
Se encabritó y golpeó con fuerza el hielo con sus rígidas patas delanteras.

Hann reis á fætur og sló fast í ísinn með stífum framfótum.
Su habilidad más sorprendente era predecir los cambios del viento durante la noche.
Helsta hæfileiki hans var að spá fyrir um vindbreytingar á nóttunni.
Incluso cuando el aire estaba quieto, elegía lugares protegidos del viento.
Jafnvel þegar kyrrt var í loftinu valdi hann staði sem voru skjólgóðir fyrir vindi.
Dondequiera que cavaba su nido, el viento del día siguiente lo pasaba de largo.
Hvar sem hann gróf hreiður sitt, fór vindurinn næsta dag fram hjá honum.
Siempre acababa abrigado y protegido, a sotavento de la brisa.
Hann endaði alltaf hlýlega og varinn, í leysingunni frá vindinum.
Buck no sólo aprendió con la experiencia: sus instintos también regresaron.
Buck lærði ekki aðeins af reynslunni — eðlishvötin kom líka aftur.
Los hábitos de las generaciones domesticadas comenzaron a desaparecer.
Venjur tamdra kynslóða fóru að falla úr gildi.
De manera vaga, recordaba los tiempos antiguos de su raza.
Á óljósan hátt minntist hann fornaldar kynþáttar síns.
Recordó cuando los perros salvajes corrían en manadas por los bosques.
Hann hugsaði til baka til þess tíma þegar villihundar hlupu í hópum um skóga.
Habían perseguido y matado a su presa mientras la perseguían.
Þeir höfðu elt bráð sína og drepið hana á meðan þeir eltu hana.
Para Buck fue fácil aprender a pelear con dientes y velocidad.

Það var auðvelt fyrir Buck að læra að berjast með tönn og hraða.
Utilizaba cortes, tajos y chasquidos rápidos igual que sus antepasados.
Hann notaði skurði, rista og snögga smellu rétt eins og forfeður hans.
Aquellos antepasados se agitaron dentro de él y despertaron su naturaleza salvaje.
Þessir forfeður hrærðust í honum og vöktu villta eðli hans.
Sus antiguas habilidades habían pasado a él a través de la línea de sangre.
Gamlir hæfileikar þeirra höfðu erfst til hans í gegnum ættlínuna.
Sus trucos ahora eran suyos, sin necesidad de práctica ni esfuerzo.
Brellur þeirra voru nú hans, án þess að þörf væri á æfingu eða fyrirhöfn.

En las noches frías y quietas, Buck levantaba la nariz y aullaba.
Á köldum, köldum nóttum lyfti Buck nefinu og ýlfraði.
Aulló largo y profundamente, como lo hacían los lobos antaño.
Hann ýlfraði langt og djúpt, eins og úlfar höfðu gert fyrir löngu síðan.
A través de él, sus antepasados muertos apuntaron sus narices y aullaron.
Í gegnum hann bentu látnir forfeður hans nefinu og úlfuðu.
Aullaron a través de los siglos con su voz y su forma.
Þau úlfuðu niður í gegnum aldirnar í röddu hans og lögun.
Sus cadencias eran las de ellos, viejos gritos que hablaban de dolor y frío.
Rytmar hans voru þeirra, gömul óp sem sögðu frá sorg og kulda.
Cantaron sobre la oscuridad, el hambre y el significado del invierno.
Þau sungu um myrkrið, um hungur og merkingu vetrarins.

Buck demostró cómo la vida está determinada por fuerzas ajenas a uno mismo.
Buck sannaði hvernig lífið er mótað af kröftum utan manns sjálfs,

La antigua canción se elevó a través de Buck y se apoderó de su alma.
Hin forni söngur reis upp í gegnum Buck og náði tökum á sál hans.

Se encontró a sí mismo porque los hombres habían encontrado oro en el Norte.
Hann fann sjálfan sig vegna þess að menn höfðu fundið gull í norðri.

Y se encontró porque Manuel, el ayudante del jardinero, necesitaba dinero.
Og hann fann sig vegna þess að Manuel, aðstoðarmaður garðyrkjumannsins, þurfti peninga.

La Bestia Primordial Dominante
Ríkjandi frumdýrið

La bestia primordial dominante era tan fuerte como siempre en Buck.
Ríkjandi frumdýrið var jafn sterkt og alltaf í Buck.
Pero la bestia primordial dominante yacía latente en él.
En ríkjandi frumdýrið hafði legið í dvala í honum.
La vida en el camino era dura, pero fortalecía a la bestia que Buck llevaba dentro.
Lífið á gönguleiðinni var hart, en það styrkti skepnuna innra með Buck.
En secreto, la bestia se hacía cada día más fuerte.
Leynilega varð skepnan sterkari og sterkari með hverjum deginum.
Pero ese crecimiento interior permaneció oculto para el mundo exterior.
En þessi innri vöxtur var falinn fyrir umheiminum.
Una fuerza primordial, tranquila y calmada se estaba construyendo dentro de Buck.
Rólegur og rólegur frumkraftur var að myndast innra með Buck.
Una nueva astucia le proporcionó a Buck equilibrio, calma, control y aplomo.
Ný slægð gaf Buck jafnvægi, ró og stjórn.
Buck se concentró mucho en adaptarse, sin sentirse nunca totalmente relajado.
Buck einbeitti sér mikið að því að aðlagast og fann sig aldrei alveg afslappaðan.
Él evitaba los conflictos, nunca iniciaba peleas ni buscaba problemas.
Hann forðaðist átök, byrjaði aldrei rifrildi né leitaði vandræða.
Una reflexión lenta y constante moldeó cada movimiento de Buck.
Hæg og jöfn hugsun mótaði hverja hreyfingu Bucks.
Evitó las elecciones precipitadas y las decisiones repentinas e imprudentes.

Hann forðaðist fljótfærnislegar ákvarðanir og skyndilegar, gálausar ákvarðanir.

Aunque Buck odiaba profundamente a Spitz, no le mostró ninguna agresión.

Þótt Buck hataði Spitz innilega sýndi hann honum enga árásargirni.

Buck nunca provocó a Spitz y mantuvo sus acciones moderadas.

Buck ögraði Spitz aldrei og hélt hófi sínu.

Spitz, por otro lado, percibió el creciente peligro en Buck.

Spitz, hins vegar, skynjaði vaxandi hættu steðjað að Buck.

Él veía a Buck como una amenaza y un serio desafío a su poder.

Hann leit á Buck sem ógn og alvarlega áskorun við völd sín.

Aprovechó cada oportunidad para gruñir y mostrar sus afilados dientes.

Hann notaði hvert tækifæri til að urra og sýna hvassar tennurnar sínar.

Estaba tratando de iniciar la pelea mortal que estaba por venir.

Hann var að reyna að hefja þá banvænu baráttu sem átti eftir að koma.

Al principio del viaje casi se desató una pelea entre ellos.

Snemma í ferðinni var næstum því komið til slagsmála á milli þeirra.

Pero un accidente inesperado detuvo la pelea.

En óvænt slys kom í veg fyrir að átökin hefðu átt sér stað.

Esa tarde acamparon en el gélido lago Le Barge.

Um kvöldið settu þau upp tjaldbúðir við hið bitrandi kalda Le Barge-vatn.

La nieve caía con fuerza y el viento cortaba como un cuchillo.

Snjórinn var að falla og vindurinn skar eins og hnífur.

La noche había llegado demasiado rápido y la oscuridad los rodeaba.

Nóttin kom of hratt og myrkrið umlukti þau.

Difícilmente podrían haber elegido un peor lugar para descansar.
Þau hefðu varla getað valið sér verri hvíldarstað.
Los perros buscaban desesperadamente un lugar donde tumbarse.
Hundarnir leituðu örvæntingarfullir að stað til að leggjast niður.
Detrás del pequeño grupo se alzaba una alta pared de roca.
Hár klettaveggur reis bratt fyrir aftan litla hópinn.
La tienda de campaña había sido abandonada en Dyea para aligerar la carga.
Tjaldið hafði verið skilið eftir í Dyea til að létta álagið.
No les quedó más remedio que hacer el fuego sobre el propio hielo.
Þeir höfðu ekkert annað val en að kveikja eldinn á ísnum sjálfum.
Extendieron sus batas para dormir directamente sobre el lago helado.
Þau breiddu svefnföt sín beint á islagða vatnið.
Unos cuantos palitos de madera flotante les dieron un poco de fuego.
Nokkrir rekaviðarstafir gáfu þeim smá eld.
Pero el fuego se construyó sobre el hielo y se descongeló a través de él.
En eldurinn var kveiktur á ísnum og þiðnaði í gegnum hann.
Al final, estaban comiendo su cena en la oscuridad.
Loksins borðuðu þau kvöldmatinn sinn í myrkri.
Buck se acurrucó junto a la roca, protegido del viento frío.
Buck krullaði sig saman við klettinn, skjólgóð fyrir köldum vindinum.
El lugar era tan cálido y seguro que Buck odiaba mudarse.
Staðurinn var svo hlýr og öruggur að Buck hataði að flytja í burtu.
Pero François había calentado el pescado y estaba repartiendo raciones.
En François hafði hitað fiskinn og var að úthluta matarskammti.

Buck terminó de comer rápidamente y regresó a su cama.
Buck lauk fljótt við að borða og fór aftur upp í rúmið sitt.
Pero Spitz ahora estaba acostado donde Buck había hecho su cama.
En Spitz lá nú þar sem Buck hafði búið um rúmið sitt.
Un gruñido bajo advirtió a Buck que Spitz se negaba a moverse.
Lágt urr varaði Buck við því að Spitz neitaði að hreyfa sig.
Hasta ahora, Buck había evitado esta pelea con Spitz.
Þangað til nú hafði Buck forðast þessa baráttu við Spitz.
Pero en lo más profundo de Buck la bestia finalmente se liberó.
En djúpt inni í Buck braust skepnan loksins laus.
El robo de su lugar para dormir era algo demasiado difícil de tolerar.
Þjófnaðurinn á svefnplássi hans var of mikið til að þola.
Buck se lanzó hacia Spitz, lleno de ira y rabia.
Buck stökk á Spitz, fullur reiði og bræði.
Hasta ahora Spitz había pensado que Buck era sólo un perro grande.
Þangað til ekki hafði Spitz haldið að Buck væri bara stór hundur.
No creía que Buck hubiera sobrevivido a través de su espíritu.
Hann hélt ekki að Buck hefði lifað af í gegnum anda sinn.
Esperaba miedo y cobardía, no furia y venganza.
Hann bjóst við ótta og hugleysi, ekki reiði og hefnd.
François se quedó mirando mientras los dos perros salían del nido en ruinas.
François starði á meðan báðir hundarnir stukku úr rústuðu hreiðrinu.
Comprendió de inmediato lo que había iniciado la salvaje lucha.
Hann skildi þegar í stað hvað hafði hrundið af stað þessari villtu báráttu.
—¡Ah! —gritó François en apoyo del perro marrón.
„A-a!" hrópaði François til stuðnings brúna hundinum.

¡Dale una paliza! ¡Por Dios, castiga a ese ladrón astuto!
„Látið hann berja! Fyrir Guði, refsið þessum lævísa þjófi!"
Spitz mostró la misma disposición y un entusiasmo salvaje por luchar.
Spitz sýndi jafnan vilja og mikinn ákafa til að berjast.
Gritó de rabia mientras giraba rápidamente en busca de una abertura.
Hann hrópaði upp af reiði á meðan hann hringdi hratt í leit að opnun.
Buck mostró el mismo hambre de luchar y la misma cautela.
Buck sýndi sömu baráttuþrá og sömu varúð.
También rodeó a su oponente, intentando obtener la ventaja en la batalla.
Hann hringdi líka í kringum andstæðing sinn og reyndi að ná yfirhöndinni í bardaganum.
Entonces sucedió algo inesperado y lo cambió todo.
Þá gerðist eitthvað óvænt og breytti öllu.
Ese momento retrasó la eventual lucha por el liderazgo.
Sú stund tafði fyrir endanlegri baráttu um forystuna.
Muchos kilómetros de camino y lucha aún nos esperaban antes del final.
Margar kílómetra af slóð og barátta biðu enn fyrir endalokunum.
Perrault gritó un juramento cuando un garrote impactó contra el hueso.
Perrault hrópaði eið þegar kylfa lamdi við bein.
Se escuchó un agudo grito de dolor y luego el caos explotó por todas partes.
Skarpt sársaukaóp fylgdi í kjölfarið, síðan braust út ringulreið allt í kring.
En el campamento se movían figuras oscuras: perros esquimales salvajes, hambrientos y feroces.
Dökkar verur hreyfðust í búðunum; villtir huskyr, sveltir og grimmir.
Cuatro o cinco docenas de perros esquimales habían olfateado el campamento desde lejos.

Fjórir eða fimm tugir husky-hunda höfðu þefað af búðunum úr fjarlægð.

Se habían colado sigilosamente mientras los dos perros peleaban cerca.

Þeir höfðu laumast hljóðlega inn á meðan hundarnir tveir börðust í grenndinni.

François y Perrault atacaron con garrotes a los invasores.

François og Perrault réðust á og sveifluðu kylfum að innrásarhermum.

Los perros esquimales hambrientos mostraron los dientes y contraatacaron frenéticamente.

Sveltandi husky-hundarnir sýndu tennurnar og börðust á móti í ofboði.

El olor a carne y a pan les había hecho perder todo miedo.

Lyktin af kjöti og brauði hafði hrætt þau yfir allan ótta.

Perrault golpeó a un perro que había enterrado su cabeza en el cajón de comida.

Perrault barði hund sem hafði grafið höfuðið í matarkistuna.

El golpe fue muy fuerte y la caja se volcó, derramándose comida.

Höggið var hart og kassinn hvolfdi og matur lak út.

En cuestión de segundos, una veintena de bestias salvajes destrozaron el pan y la carne.

Á nokkrum sekúndum rifuðu tugir villidýra í brauðið og kjötið.

Los garrotes de los hombres asestaron golpe tras golpe, pero ningún perro se apartó.

Karlaklúbbarnir lentu högg á fætur öðru, en enginn hundur sneri sér undan.

Aullaron de dolor, pero lucharon hasta que no quedó comida.

Þau úlfuðu af sársauka en börðust þar til enginn matur var eftir.

Mientras tanto, los perros de trineo habían saltado de sus camas nevadas.

Á meðan höfðu sleðahundarnir stokkið úr snjóþöktum rúmum sínum.

Fueron atacados instantáneamente por los feroces y hambrientos huskies.
Þeir voru þegar í stað ráðist af grimmilegum, svöngum husky-hundum.
Buck nunca había visto criaturas tan salvajes y hambrientas antes.
Buck hafði aldrei séð svona villtar og sveltar skepnur áður.
Su piel colgaba suelta, ocultando apenas sus esqueletos.
Húðin á þeim hékk laus og huldi varla beinagrindurnar.
Había un fuego en sus ojos, de hambre y locura.
Í augum þeirra logaði eldur, af hungri og brjálæði
No había manera de detenerlos, de resistirse a su ataque salvaje.
Ekkert var hægt að stöðva þá; enginn gat veitt þeim mótspyrnu gegn grimmd þeirra.
Los perros de trineo fueron empujados hacia atrás y presionados contra la pared del acantilado.
Sleðahundarnir voru ýttir til baka, þrýstir upp að klettaveggnum.
Tres perros esquimales atacaron a Buck a la vez, desgarrando su carne.
Þrír huskyhundar réðust á Buck í einu og rifu í hold hans.
La sangre le brotaba de la cabeza y de los hombros, donde había recibido el corte.
Blóð rann úr höfði hans og öxlum, þar sem hann hafði verið skorinn.
El ruido llenó el campamento: gruñidos, aullidos y gritos de dolor.
Hávaðinn fyllti búðirnar; urr, æp og sársaukaóp.
Billee gritó fuerte, como siempre, atrapada en la pelea y el pánico.
Billee grét hátt, eins og venjulega, gripinn af átökunum og óttanum.
Dave y Solleks estaban uno al lado del otro, sangrando pero desafiantes.
Dave og Solleks stóðu hlið við hlið, blóðugir en þrjóskir.

Joe peleó como un demonio, mordiendo todo lo que se acercaba.
Joe barðist eins og djöfull og beit allt sem kom nálægt.
Aplastó la pata de un husky con un brutal chasquido de sus mandíbulas.
Hann kramið fót á husky-hundi með einu hrottalegu kjálkaknissmelli.
Pike saltó sobre el husky herido y le rompió el cuello instantáneamente.
Pikka stökk á særða husky-hundinn og braut hann samstundis hálsinn.
Buck agarró a un husky por el cuello y le arrancó la vena.
Buck greip hes hund í hálsinn og reif í gegnum æðina.
La sangre salpicó y el sabor cálido llevó a Buck al frenesí.
Blóð sprautaðist og heita bragðið gerði Buck æstan.
Se abalanzó sobre otro atacante sin dudarlo.
Hann kastaði sér án þess að hika við að ráðast á annan árásarmann.
En ese mismo momento, unos dientes afilados se clavaron en la garganta de Buck.
Á sama augnabliki grófu hvassar tennur sig í háls Bucks.
Spitz había atacado desde un costado, sin previo aviso.
Spitz hafði skotið til hliðar og ráðist á án viðvörunar.
Perrault y François habían derrotado a los perros robando la comida.
Perrault og François höfðu sigrað hundana sem stálu matnum.
Ahora se apresuraron a ayudar a sus perros a luchar contra los atacantes.
Nú hlupu þau til að hjálpa hundunum sínum að berjast gegn árásarmönnum.
Los perros hambrientos se retiraron mientras los hombres blandían sus garrotes.
Sveltandi hundarnir hörfuðu á meðan mennirnir sveifluðu kylfunum sínum.
Buck se liberó del ataque, pero el escape fue breve.
Buck slapp undan árásinni en flóttinn var skammur.

Los hombres corrieron a salvar a sus perros, y los huskies volvieron a atacarlos.
Mennirnir hlupu til að bjarga hundunum sínum og husky-hundarnir þyrptust aftur að.
Billee, aterrorizado y valiente, saltó hacia la jauría de perros.
Billee, hræddur og hugrakkur, stökk inn í hundahópinn.
Pero luego huyó a través del hielo, presa del terror y el pánico.
En þá flúði hann yfir ísinn, í ótta og læti.
Pike y Dub los siguieron de cerca, corriendo para salvar sus vidas.
Pike og Dub fylgdu fast á eftir og hlupu fyrir líf sitt.
El resto del equipo se separó y se dispersó, siguiéndolos.
Restin af liðinu hrundi og dreifðist, á eftir þeim.
Buck reunió sus fuerzas para correr, pero entonces vio un destello.
Buck safnaði kröftum sínum til að hlaupa, en sá þá leifturljós.
Spitz se abalanzó sobre el costado de Buck, intentando derribarlo al suelo.
Spitz stökk að hlið Bucks og reyndi að fella hann.
Bajo esa turba de perros esquimales, Buck no habría tenido escapatoria.
Undir þessum hópi husky-hunda hefði Buck enga undankomuleið átt.
Pero Buck se mantuvo firme y se preparó para el golpe de Spitz.
En Buck stóð fastur og bjó sig undir höggið frá Spitz.
Luego se dio la vuelta y salió corriendo al hielo con el equipo que huía.
Þá sneri hann sér við og hljóp út á ísinn með flóttaliðinu.

Más tarde, los nueve perros de trineo se reunieron al abrigo del bosque.
Seinna söfnuðust sleðahundarnir níu saman í skjóli skógarins.
Ya nadie los perseguía, pero estaban maltratados y heridos.
Enginn elti þá lengur, en þeir voru barðir og særðir.

Cada perro tenía heridas: cuatro o cinco cortes profundos en cada cuerpo.
Hver hundur var með sár; fjóra eða fimm djúpa skurði á hverjum líkama.
Dub tenía una pata trasera herida y ahora le costaba caminar.
Dub var með meiðsli á afturfóti og átti erfitt með að ganga núna.
Dolly, la perrita más nueva de Dyea, tenía la garganta cortada.
Dolly, nýjasti hundurinn frá Dyea, var með skurð á hálsi.
Joe había perdido un ojo y la oreja de Billee estaba cortada en pedazos.
Joe hafði misst augað og eyrað á Billee var skorið í sundur.
Todos los perros lloraron de dolor y derrota durante toda la noche.
Allir hundarnir grétu af sársauka og ósigri alla nóttina.
Al amanecer regresaron al campamento doloridos y destrozados.
Í dögun læddust þeir aftur til búðanna, sárir og sundraðir.
Los perros esquimales habían desaparecido, pero el daño ya estaba hecho.
Huskí-hundarnir voru horfnir en skaðinn var skeður.
Perrault y François estaban de mal humor ante las ruinas.
Perrault og François stóðu í vondu skapi yfir rústunum.
La mitad de la comida había desaparecido, robada por los ladrones hambrientos.
Helmingurinn af matnum var horfinn, rændur af svöngum þjófum.
Los perros esquimales habían destrozado las ataduras y la lona del trineo.
Huskí-hundarnir höfðu rifið sig í gegnum sleðabindingar og striga.
Todo lo que tenía olor a comida había sido devorado por completo.
Allt sem lyktaði af mat hafði verið gjörsamlega étið upp.
Se comieron un par de botas de viaje de piel de alce de Perrault.

Þau átu þar af ferðastígvélum Perraults úr elgskinn.
Masticaban correas de cuero y arruinaban las correas hasta dejarlas inservibles.
Þau tuggðu leðurreimar og eyðilögðu ólar sem voru ónýtir.
François dejó de mirar el látigo roto para revisar a los perros.
François hætti að stara á rifin augnhár til að athuga hundana.
—Ah, amigos míos —dijo en voz baja y llena de preocupación.
„Æ, vinir mínir," sagði hann lágt og áhyggjufullur.
"Tal vez todas estas mordeduras os conviertan en bestias locas."
„Kannski breyta öll þessi bit ykkur í brjálaðar skepnur."
—¡Quizás todos sean perros rabiosos, sacredam! ¿Qué opinas, Perrault?
„Kannski allir brjálaðir hundar, heilagur maður! Hvað heldurðu, Perrault?"
Perrault meneó la cabeza; sus ojos estaban oscuros por la preocupación y el miedo.
Perrault hristi höfuðið, augun dökk af áhyggjum og ótta.
Todavía había cuatrocientas millas entre ellos y Dawson.
Fjögur hundruð mílur voru enn á milli þeirra og Dawsons.
La locura canina ahora podría destruir cualquier posibilidad de supervivencia.
Hundaæði gæti nú eyðilagt alla möguleika á að lifa af.
Pasaron dos horas maldiciendo y tratando de arreglar el engranaje.
Þau eyddu tveimur klukkustundum í að blótsyrða og reyna að laga búnaðinn.
El equipo herido finalmente abandonó el campamento, destrozado y derrotado.
Særða liðið yfirgaf loksins búðirnar, brotið og sigrað.
Éste fue el camino más difícil hasta ahora y cada paso era doloroso.
Þetta var erfiðasta leiðin hingað til og hvert skref var sársaukafullt.
El río Treinta Millas no se había congelado y su caudal corría con fuerza.

Þrjátíu mílna áin hafði ekki frosið og fossaði villt.
Sólo en los lugares tranquilos y en los remolinos el hielo logró retenerse.
Aðeins á kyrrum stöðum og í hvirfilvindum tókst ísnum að haldast.
Pasaron seis días de duro trabajo hasta recorrer las treinta millas.
Sex dagar af erfiðri vinnu liðu þar til þrjátíu mílurnar voru unnar.
Cada kilómetro del camino traía consigo peligro y amenaza de muerte.
Hver kílómetri af slóðinni bar með sér hættu og ógn um dauða.
Los hombres y los perros arriesgaban sus vidas con cada doloroso paso.
Mennirnir og hundarnir hættu lífi sínu með hverju sársaukafullu skrefi.
Perrault rompió delgados puentes de hielo una docena de veces diferentes.
Perrault braust í gegnum þunnar ísbrýr tylft sinnum.
Llevó un palo y lo dejó caer sobre el agujero que había hecho su cuerpo.
Hann bar stöng og lét hana falla þvert yfir gatið sem líkami hans gerði.
Más de una vez ese palo salvó a Perrault de ahogarse.
Oftar en einu sinni bjargaði sú stöng Perrault frá drukknun.
La ola de frío se mantuvo firme y el aire estaba a cincuenta grados bajo cero.
Kuldakastið hélst fast, loftið var fimmtíu gráður undir frostmarki.
Cada vez que se caía, Perrault tenía que encender un fuego para sobrevivir.
Í hvert skipti sem hann féll ofan í varð Perrault að kveikja eld til að lifa af.
La ropa mojada se congelaba rápidamente, por lo que la secaba cerca del calor abrasador.

Blaut föt frusu hratt, svo hann þurrkaði þau nálægt brennandi hita.
Ningún miedo afectó jamás a Perrault, y eso lo convirtió en mensajero.
Perrault kæmi aldrei til ótta og það gerði hann að sendiboða.
Fue elegido para el peligro y lo afrontó con tranquila resolución.
Hann var valinn til að takast á við hættuna og hann mætti henni með rólegri einbeitni.
Avanzó contra el viento, con el rostro arrugado y congelado.
Hann hélt áfram gegn vindinum, visnað andlit hans frostbitið.
Desde el amanecer hasta el anochecer, Perrault los condujo hacia adelante.
Frá daufri dögun til myrkurs leiddi Perrault þá áfram.
Caminó sobre un estrecho borde de hielo que se agrietaba con cada paso.
Hann gekk á þröngum ísbrúnum sem sprakk við hvert skref.
No se atrevieron a detenerse: cada pausa suponía el riesgo de un colapso mortal.
Þau þorðu ekki að stoppa — hver þögn leiddi til banvæns hruns.
Una vez, el trineo se abrió paso y arrastró a Dave y Buck.
Einu sinni braut sleðinn í gegn og dró Dave og Buck inn.
Cuando los liberaron, ambos estaban casi congelados.
Þegar þeim var dregið lausum voru þau bæði næstum frosin.
Los hombres hicieron un fuego rápidamente para mantener con vida a Buck y Dave.
Mennirnir kveiktu eld í flýti til að halda Buck og Dave á lífi.
Los perros estaban cubiertos de hielo desde la nariz hasta la cola, rígidos como madera tallada.
Hundarnir voru þaktir ís frá nefi til hala, stífir eins og útskornir trésteinar.
Los hombres los hicieron correr en círculos cerca del fuego para descongelar sus cuerpos.
Mennirnir hlupu þeim í hringi nálægt eldinum til að þiða lík þeirra.
Se acercaron tanto a las llamas que su pelaje se quemó.

Þau komu svo nálægt eldinum að feldurinn á þeim sviðnaði.
Luego Spitz rompió el hielo y arrastró al equipo detrás de él.
Spitz braust næst í gegnum ísinn og dró liðið á eftir sér.
La ruptura llegó hasta donde Buck estaba tirando.
Brotið náði alla leið upp að þar sem Buck var að toga.
Buck se reclinó con fuerza hacia atrás, sus patas resbalaron y temblaron en el borde.
Buck hallaði sér fast aftur, lopparnir runnu og titruðu á brúninni.
Dave también se esforzó hacia atrás, justo detrás de Buck en la línea.
Dave teygði sig einnig aftur á bak, rétt fyrir aftan Buck á línunni.
François tiró del trineo; sus músculos crujían por el esfuerzo.
François dró sleðann upp á sér, vöðvarnir sprungu af áreynslu.
En otra ocasión, el borde del hielo se agrietó delante y detrás del trineo.
Öðru sinni sprungu brúnís fyrir framan og aftan sleðann.
No tenían otra salida que escalar una pared del acantilado congelado.
Þau höfðu enga leið út nema að klífa upp frosinn klettavegg.
De alguna manera Perrault logró escalar el muro; un milagro lo mantuvo con vida.
Perrault klifraði einhvern veginn upp vegginn; kraftaverk hélt honum á lífi.
François se quedó abajo, rezando por tener la misma suerte.
François dvaldi niðri og bað um sömu gæfu.
Ataron todas las correas, amarres y tirantes hasta formar una cuerda larga.
Þeir bundu allar ólar, festingar og sneiðar í eitt langt reipi.
Los hombres subieron cada perro, uno a uno, hasta la cima.
Mennirnir drógu hvern hundinn upp, einn í einu, upp á toppinn.
François subió el último, después del trineo y toda la carga.
François klifraði síðastur upp, á eftir sleðanum og öllum farminum.

Entonces comenzó una larga búsqueda de un camino para bajar de los acantilados.
Þá hófst löng leit að leið niður af klettunum.
Finalmente descendieron usando la misma cuerda que habían hecho.
Loksins fóru þau niður með sama reipinu og þau höfðu búið til.
La noche cayó cuando regresaron al lecho del río, exhaustos y doloridos.
Nóttin skall á þegar þau sneru aftur að árfarveginum, úrvinda og aumingja.
El día completo les había proporcionado sólo un cuarto de milla de ganancia.
Þau höfðu notað heilan dag til að leggja aðeins fjórðung mílu að baki.
Cuando llegaron a Hootalinqua, Buck estaba agotado.
Þegar þau komu að Hootalinqua var Buck úrvinda.
Los demás perros sufrieron igual de mal las condiciones del sendero.
Hinir hundarnir þjáðust alveg eins illa af aðstæðunum á gönguleiðinni.
Pero Perrault necesitaba recuperar tiempo y los presionaba cada día.
En Perrault þurfti að endurheimta tímann og ýtti þeim áfram á hverjum degi.
El primer día viajaron treinta millas hasta Big Salmon.
Fyrsta daginn ferðuðust þau þrjátíu mílur til Big Salmon.
Al día siguiente viajaron treinta y cinco millas hasta Little Salmon.
Daginn eftir ferðuðust þau þrjátíu og fimm mílur til Little Salmon.
Al tercer día avanzaron a través de cuarenta largas y heladas millas.
Á þriðja degi óku þau í gegnum fjörutíu langar, frosnar mílur.
Para entonces, se estaban acercando al asentamiento de Five Fingers.
Þá voru þeir að nálgast byggðina Five Fingers.

Los pies de Buck eran más suaves que los duros pies de los huskies nativos.
Fætur Bucks voru mýkri en harðir fætur innfæddra huskyhunda.

Sus patas se habían vuelto tiernas a lo largo de muchas generaciones civilizadas.
Löppurnar hans höfðu orðið mjúkar í gegnum margar siðmenntaðar kynslóðir.

Hace mucho tiempo, sus antepasados habían sido domesticados por hombres del río o cazadores.
Fyrir löngu síðan höfðu forfeður hans verið temdir af árfarvegsmönnum eða veiðimönnum.

Todos los días Buck cojeaba de dolor, caminando sobre sus patas doloridas y en carne viva.
Á hverjum degi haltraði Buck af sársauka og gekk á hráum, aumum loppum.

En el campamento, Buck cayó como un cuerpo sin vida sobre la nieve.
Í tjaldbúðunum féll Buck niður eins og líflaus vera ofan í snjóinn.

Aunque estaba hambriento, Buck no se levantó a comer su cena.
Þótt Buck væri svangur vaknaði hann ekki til að borða kvöldmatinn.

François le trajo a Buck su ración, poniendo pescado junto a su hocico.
François færði Buck fóður sinn og lagði fisk við trýni hans.

Cada noche, el conductor frotaba los pies de Buck durante media hora.
Á hverju kvöldi nuddaði bílstjórinn fætur Bucks í hálftíma.

François incluso cortó sus propios mocasines para hacer calzado para perros.
François skar meira að segja niður sín eigin mokkasínur til að búa til hundaskó.

Cuatro zapatos cálidos le dieron a Buck un gran y bienvenido alivio.

Fjórir hlýir skór veittu Buck mikla og kærkomna létti.
Una mañana, François olvidó los zapatos y Buck se negó a levantarse.
Einn morgun gleymdi François skónum sínum og Buck neitaði að standa upp.
Buck yacía de espaldas, con los pies en el aire, agitándolos lastimeramente.
Buck lá á bakinu, fæturnir í loftinu og veifaði þeim aumkunarvert.
Incluso Perrault sonrió al ver la dramática súplica de Buck.
Jafnvel Perrault brosti við sjónina af dramatískri bæn Bucks.
Pronto los pies de Buck se endurecieron y los zapatos pudieron desecharse.
Fljótlega urðu fætur Bucks harðir og hægt var að henda skónum.
En Pelly, durante el periodo de uso del arnés, Dolly emitió un aullido terrible.
Þegar Pelly var í beislinu, kvað Dolly við hræðilegu úlfsæði.
El grito fue largo y lleno de locura, sacudiendo a todos los perros.
Ópið var langt og fullt af brjálæði og skók alla hundana.
Cada perro se erizaba de miedo sin saber el motivo.
Hver hundur hræddist án þess að vita ástæðuna.
Dolly se volvió loca y se arrojó directamente hacia Buck.
Dolly var orðin brjáluð og kastaði sér beint á Buck.
Buck nunca había visto la locura, pero el horror llenó su corazón.
Buck hafði aldrei séð brjálæði, en hryllingur fyllti hjarta hans.
Sin pensarlo, se dio la vuelta y huyó presa del pánico absoluto.
Án þess að hugsa sig um sneri hann sér við og flúði í algjöru ofboði.
Dolly lo persiguió con los ojos desorbitados y la saliva saliendo de sus mandíbulas.
Dolly elti hann, augun villt, munnvatnið flaug úr kjálkunum á henni.

Ella se mantuvo justo detrás de Buck, sin ganar terreno ni quedarse atrás.
Hún hélt sig alveg á eftir Buck, náði aldrei á sig né hörfaði.
Buck corrió a través del bosque, bajó por la isla y cruzó el hielo irregular.
Buck hljóp gegnum skóg, niður eyjuna, yfir ógegnsæjan ís.
Cruzó hacia una isla, luego hacia otra, dando la vuelta nuevamente hasta el río.
Hann fór yfir að eyju, síðan annarri, og sneri aftur að ánni.
Aún así Dolly lo persiguió, con su gruñido detrás de cada paso.
Dolly elti hann samt sem áður, urraði fast á eftir henni við hvert fótmál.
Buck podía oír su respiración y su rabia, aunque no se atrevía a mirar atrás.
Buck heyrði andardrátt hennar og reiði, þótt hann þorði ekki að líta um öxl.
François gritó desde lejos y Buck se giró hacia la voz.
François hrópaði úr fjarlægð og Buck sneri sér að röddinni.
Todavía jadeando en busca de aire, Buck pasó corriendo, poniendo toda su esperanza en François.
Buck hljóp enn eftir andanum og setti alla sína von á François.
El conductor del perro levantó un hacha y esperó mientras Buck pasaba volando.
Hundaeigandinn lyfti öxi og beið á meðan Buck flaug fram hjá.
El hacha cayó rápidamente y golpeó la cabeza de Dolly con una fuerza mortal.
Öxin féll hratt niður og lenti í höfði Dollýjar með banvænum krafti.
Buck se desplomó cerca del trineo, jadeando e incapaz de moverse.
Buck hneig niður nálægt sleðanum, hvæsandi andardráttur og gat ekki hreyft sig.
Ese momento le dio a Spitz la oportunidad de golpear a un enemigo exhausto.
Þessi stund gaf Spitz tækifæri til að ráðast á þreyttan óvin.

Mordió a Buck dos veces, desgarrando la carne hasta el hueso blanco.
Tvisvar beit hann Buck og reif hold niður að hvítu beinunum.
El látigo de François hizo chasquear el látigo y golpeó a Spitz con toda su fuerza y furia.
Svipa François brast og sló Spitz af fullum, heiftarlegum krafti.
Buck observó con alegría cómo Spitz recibía la paliza más dura que había recibido hasta entonces.
Buck horfði gleðilega á meðan Spitz fékk sína hörðustu barsmíða hingað til.
"Es un demonio ese Spitz", murmuró Perrault para sí mismo.
„Hann er djöfull, þessi Spitz," muldraði Perrault dökkurlega við sjálfan sig.
"Algún día, ese maldito perro matará a Buck, lo juro".
„Einhvern tímann innan skamms mun þessi bölvaði hundur drepa Buck – ég sver það."
—Ese Buck tiene dos demonios dentro —respondió François asintiendo.
„Það eru tveir djöflar í þessum Buck," svaraði François og kinkaði kolli.
"Cuando veo a Buck, sé que algo feroz le aguarda dentro".
„Þegar ég horfi á Buck, veit ég að eitthvað grimmt bíður hans."
"Un día se pondrá furioso y destrozará a Spitz".
„Einn daginn verður hann brjálaður eins og eldur og rífur Spitz í sundur."
"Masticará a ese perro y lo escupirá en la nieve congelada".
„Hann mun tyggja hundinn í sig og spýta honum út í frosna snjóinn."
"Estoy seguro de que lo sé en lo más profundo de mi ser".
„Jú, eins og allt annað, ég veit þetta innst inni."
A partir de ese momento los dos perros quedaron en guerra.
Frá þeirri stundu voru hundarnir tveir í stríði.
Spitz lideró al equipo y mantuvo el poder, pero Buck lo desafió.
Spitz leiddi liðið og hélt völdum, en Buck véfengdi það.

Spitz vio su rango amenazado por este extraño extraño de Southland.
Spitz sá að þessi undarlegi ókunnugi maður frá Suðurlandi ógnaði stöðu sinni.

Buck no se parecía a ningún otro perro sureño que Spitz hubiera conocido antes.
Buck var ólíkur öllum öðrum suðrænum hundum sem Spitz hafði þekkt áður.

La mayoría de ellos fracasaron: eran demasiado débiles para sobrevivir al frío y al hambre.
Flestir þeirra mistókust — of veikir til að lifa af kulda og hungur.

Murieron rápidamente bajo el trabajo, las heladas y el lento ardor del hambre.
Þau dóu hratt undan erfiði, frosti og hægfara bruna hungursneyðar.

Buck se destacó: cada día más fuerte, más inteligente y más salvaje.
Buck stóð upp úr — sterkari, klárari og grimmari með hverjum deginum.

Prosperó a pesar de las dificultades y creció hasta alcanzar el nivel de los perros esquimales del norte.
Hann dafnaði á erfiðleikum og óx upp til að jafna sig við norðurhluta husky-hundanna.

Buck tenía fuerza, habilidad salvaje y un instinto paciente y mortal.
Buck hafði styrk, ótrúlega færni og þolinmóður, dauðans eðlishvöt.

El hombre con el garrote había golpeado la temeridad de Buck.
Maðurinn með kylfuna hafði barið Buck til fanga.

La furia ciega desapareció y fue reemplazada por una astucia silenciosa y control.
Blind reiði var horfin, í staðinn kom hljóðlát slægð og stjórn.

Esperó, tranquilo y primario, observando el momento adecuado.

Hann beið, rólegur og frumstæður, og vænti rétta augnabliksins.

Su lucha por el mando se hizo inevitable y clara.
Barátta þeirra um yfirráð varð óhjákvæmileg og ljós.

Buck deseaba el liderazgo porque su espíritu lo exigía.
Buck þráði forystu vegna þess að andi hans krafðist hennar.

Lo impulsaba el extraño orgullo nacido del camino y del arnés.
Hann var knúinn áfram af þeim undarlega stolti sem fæddist af slóð og beisli.

Ese orgullo hizo que los perros tiraran hasta caer sobre la nieve.
Þessi stolti fékk hunda til að draga sig þangað til þeir hrundu í snjónum.

El orgullo los llevó a dar toda la fuerza que tenían.
Stolt lokkaði þá til að gefa allan þann styrk sem þeir höfðu.

El orgullo puede atraer a un perro de trineo incluso hasta el punto de la muerte.
Stolt getur lokkað sleðahund jafnvel þangað til hann drepur hann.

La pérdida del arnés dejó a los perros rotos y sin propósito.
Að missa beislið skildi hundana eftir brotna og tilgangslausa.

El corazón de un perro de trineo puede quedar aplastado por la vergüenza cuando se retira.
Skömm getur kramið hjarta sleðahunds þegar hann fer á eftirlaun.

Dave vivió con ese orgullo mientras arrastraba el trineo desde atrás.
Dave lifði eftir þeim stolti þegar hann dró sleðann að aftan.

Solleks también lo dio todo con fuerza y lealtad.
Solleks gaf líka allt sem hann hafði af grimmd og tryggð.

Cada mañana, el orgullo los transformaba de amargados a decididos.
Á hverjum morgni breytti stoltið þeim úr biturleika í ákveðni.

Empujaron todo el día y luego se quedaron en silencio al final del campamento.
Þau ýttu á allan daginn og þögnuðu svo við enda búðanna.

Ese orgullo le dio a Spitz la fuerza para poner a raya a los evasores.
Þetta stolt gaf Spitz styrk til að komast á undan skjólstæðingum sem voru að skjóta sér niður.
Spitz temía a Buck porque Buck tenía ese mismo orgullo profundo.
Spitz óttaðist Buck vegna þess að Buck bar með sér þennan sama djúpa stolt.
El orgullo de Buck ahora se agitó contra Spitz, y no se detuvo.
Stolt Bucks æsti sig nú gegn Spitz og hann hætti ekki.
Buck desafió el poder de Spitz y le impidió castigar a los perros.
Buck óhlýðnaðist valdi Spitz og kom í veg fyrir að hann refsaði hundum.
Cuando otros fallaron, Buck se interpuso entre ellos y su líder.
Þegar aðrir brugðust, steig Buck á milli þeirra og leiðtoga þeirra.
Lo hizo con intención, dejando claro y abierto su desafío.
Hann gerði þetta af ásettu ráði, gerði áskorun sína opna og skýra.
Una noche, una fuerte nevada cubrió el mundo con un profundo silencio.
Eina nótt huldi þungur snjór heiminn í djúpri þögn.
A la mañana siguiente, Pike, perezoso como siempre, no se levantó para ir a trabajar.
Næsta morgun vaknaði Pike, latur eins og alltaf, ekki til vinnu.
Se quedó escondido en su nido bajo una gruesa capa de nieve.
Hann faldi sig í hreiðri sínu undir þykku snjólagi.
François gritó y buscó, pero no pudo encontrar al perro.
François kallaði og leitaði en fann ekki hundinn.
Spitz se puso furioso y atravesó furioso el campamento cubierto de nieve.
Spitz æsti og þaut gegnum snæviþöktu búðirnar.

Gruñó y olfateó, cavando frenéticamente con ojos llameantes.
Hann urraði og þefaði, gróf eins og brjálæðingur með logandi augum.
Su rabia era tan feroz que Pike tembló de miedo bajo la nieve.
Reiði hans var svo mikil að Pike skalf undir snjónum af ótta.
Cuando finalmente encontraron a Pike, Spitz se abalanzó sobre él para castigar al perro que estaba escondido.
Þegar Pike fannst loksins, stökk Spitz til að refsa hundinum sem hafði falið sig.
Pero Buck saltó entre ellos con una furia igual a la de Spitz.
En Buck stökk á milli þeirra með jafn mikilli reiði og Spitz sjálfur.
El ataque fue tan repentino e inteligente que Spitz cayó al suelo.
Árásin var svo skyndileg og snjöll að Spitz datt af fótunum.
Pike, que estaba temblando, se animó ante este desafío.
Pike, sem hafði verið að skjálfa, fann hugrekki í þessari þrjósku.
Saltó sobre el Spitz caído, siguiendo el audaz ejemplo de Buck.
Hann stökk á fallna Spitz-hundinn og fylgdi djarfri fordæmi Bucks.
Buck, que ya no estaba obligado por la justicia, se unió a la huelga de Spitz.
Buck, sem ekki lengur var bundinn af sanngirni, gekk til liðs við árásina á Spitz.
François, divertido pero firme en su disciplina, blandió su pesado látigo.
François, skemmtur en samt ákveðinn í aga, sveiflaði þungu svipunni sinni.
Golpeó a Buck con todas sus fuerzas para acabar con la pelea.
Hann sló Buck af öllum kröftum til að stöðva bardagann.
Buck se negó a moverse y se quedó encima del líder caído.

Buck neitaði að hreyfa sig og hélt sig ofan á föllna leiðtoganum.
François entonces utilizó el mango del látigo y golpeó con fuerza a Buck.
François notaði þá handfang svipunnar og sló Buck fast.
Tambaleándose por el golpe, Buck cayó hacia atrás bajo el asalto.
Buck hrasaði eftir höggið og féll aftur undan árásinni.
François golpeó una y otra vez mientras Spitz castigaba a Pike.
François sló aftur og aftur á meðan Spitz refsaði Pike.

Pasaron los días y Dawson City estaba cada vez más cerca.
Dagarnir liðu og Dawson-borg óx og nær.
Buck seguía interfiriendo, interponiéndose entre Spitz y otros perros.
Buck hélt áfram að skipta sér af þessu og smeygði sér á milli Spitz og annarra hunda.
Elegía bien sus momentos, esperando siempre que François se marchase.
Hann valdi stundirnar sínar vel, beið alltaf eftir að François færi.
La rebelión silenciosa de Buck se extendió y el desorden se arraigó en el equipo.
Hljóðlát uppreisn Bucks breiddist út og óreiðu festi rætur í liðinu.
Dave y Solleks se mantuvieron leales, pero otros se volvieron rebeldes.
Dave og Solleks voru tryggir en aðrir urðu óstýrilátir.
El equipo empeoró: se volvió inquieto, pendenciero y fuera de lugar.
Liðið versnaði — eirðarlaust, rifrildisríkt og út af sporinu.
Ya nada funcionaba con fluidez y las peleas se volvieron algo habitual.
Ekkert gekk lengur snurðulaust og slagsmál urðu algeng.
Buck permaneció en el corazón del problema, provocando siempre malestar.

Buck var kjarninn í vandræðunum og vakti alltaf upp óróa.
François se mantuvo alerta, temeroso de la pelea entre Buck y Spitz.
François var vakandi, hræddur við slagsmálin milli Bucks og Spitz.
Cada noche, las peleas lo despertaban, temiendo que finalmente llegara el comienzo.
Á hverri nóttu vöktu slagsmál hann, af ótta við að byrjunin væri loksins komin.
Saltó de su túnica, dispuesto a detener la pelea.
Hann stökk úr skikkjunni, tilbúinn að stöðva bardagann.
Pero el momento nunca llegó y finalmente llegaron a Dawson.
En stundin kom aldrei og þau náðu loksins til Dawsons.
El equipo entró en la ciudad una tarde sombría, tensa y silenciosa.
Liðið kom inn í bæinn einn dimman síðdegis, spennt og hljótt.
La gran batalla por el liderazgo todavía estaba suspendida en el aire.
Hin mikla barátta um forystuna hékk enn í frosnu lofti.
Dawson estaba lleno de hombres y perros de trineo, todos ocupados con el trabajo.
Dawson var troðfullt af mönnum og sleðahundum, allir önnum kafnir við vinnu.
Buck observó a los perros tirar cargas desde la mañana hasta la noche.
Buck horfði á hundana draga byrðar frá morgni til kvölds.
Transportaban troncos y leña y transportaban suministros a las minas.
Þeir fluttu viðarkubba og eldivið og fluttu vistir í námurnar.
Donde antes trabajaban los caballos en las tierras del sur, ahora trabajaban los perros.
Þar sem hestar unnu áður á Suðurlandi, unnu hundar nú erfiði.
Buck vio algunos perros del sur, pero la mayoría eran huskies parecidos a lobos.

Buck sá nokkra hunda að sunnanverðu, en flestir voru úlfalíkir huskyhundar.

Por la noche, como un reloj, los perros alzaban sus voces cantando.

Á nóttunni, eins og klukka, hófu hundarnir röddina sína í söng.

A las nueve, a las doce y de nuevo a las tres, empezó el canto.

Klukkan níu, um miðnætti og aftur klukkan þrjú hófst söngurinn.

A Buck le encantaba unirse a su canto misterioso, de sonido salvaje y antiguo.

Buck elskaði að taka þátt í óhugnalegum söng þeirra, villtum og fornum í hljóði.

La aurora llameó, las estrellas bailaron y la nieve cubrió la tierra.

Norðurljósin loguðu, stjörnur dönsuðu og snjór huldi landið.

El canto de los perros se elevó como un grito contra el silencio y el frío intenso.

Söngur hundanna reis upp eins og óp gegn þögninni og bitrandi kuldanum.

Pero su aullido contenía tristeza, no desafío, en cada larga nota.

En úlf þeirra bar með sér sorg, ekki ögrun, í hverjum einasta löngum nótum.

Cada grito lamentable estaba lleno de súplica: el peso de la vida misma.

Hvert kveinstaf var fullt af bæn; byrði lífsins sjálfs.

Esa canción era vieja, más vieja que las ciudades y más vieja que los incendios.

Þetta lag var gamalt – eldra en bæir og eldra en eldar

Aquella canción era más antigua incluso que las voces de los hombres.

Þetta lag var jafnvel eldra en raddir manna.

Era una canción del mundo joven, cuando todas las canciones eran tristes.

Þetta var lag frá unga heiminum, þegar öll lög voru sorgleg.

La canción transportaba el dolor de incontables generaciones de perros.
Lagið bar með sér sorg frá óteljandi kynslóðum hunda.
Buck sintió la melodía profundamente, gimiendo por un dolor arraigado en los siglos.
Buck fann laglínuna djúpt, kveinaði af sársauka sem átti rætur sínar að rekja til aldanna.
Sollozaba por un dolor tan antiguo como la sangre salvaje en sus venas.
Hann grét af sorg jafn gamalli og villiblóðið í æðum hans.
El frío, la oscuridad y el misterio tocaron el alma de Buck.
Kuldinn, myrkrið og leyndardómurinn snertu sál Bucks.
Esa canción demostró hasta qué punto Buck había regresado a sus orígenes.
Þetta lag sannaði hversu langt Buck hafði snúið aftur til uppruna síns.
Entre la nieve y los aullidos había encontrado el comienzo de su propia vida.
Í gegnum snjó og ýlfur hafði hann fundið upphaf sitt eigið líf.

Siete días después de llegar a Dawson, partieron nuevamente.
Sjö dögum eftir komu þeirra til Dawson lögðu þau af stað aftur.
El equipo descendió del cuartel hasta el sendero Yukon.
Liðið fór frá herbúðunum niður að Yukon-slóðinni.
Comenzaron el viaje de regreso hacia Dyea y Salt Water.
Þau hófu ferðina aftur til Dyea og Salt Water.
Perrault llevaba despachos aún más urgentes que antes.
Perrault flutti enn brýnni sendingar en áður.
También se sintió dominado por el orgullo por el sendero y se propuso establecer un récord.
Hann var einnig gripinn af slóðastolti og stefndi að því að setja met.
Esta vez, varias ventajas estaban del lado de Perrault.
Að þessu sinni voru nokkrir kostir í þágu Perraults.

Los perros habían descansado durante una semana entera y recuperaron su fuerza.
Hundarnir höfðu hvílt sig í heila viku og náð kröftum sínum aftur.
El camino que ellos habían abierto ahora estaba compactado por otros.
Slóðin sem þeir höfðu rofið var nú troðin af öðrum.
En algunos lugares, la policía había almacenado comida tanto para perros como para hombres.
Á köflum hafði lögreglan geymt mat fyrir bæði hunda og karla.
Perrault viajaba ligero, moviéndose rápido y con poco que lo pesara.
Perrault ferðaðist létt, hratt og lítið sem þyngdi hann.
Llegaron a Sixty-Mile, un recorrido de cincuenta millas, en la primera noche.
Þau náðu Sixty-Mile, fimmtíu mílna hlaupi, fyrstu nóttina.
El segundo día, se apresuraron a subir por el Yukón hacia Pelly.
Á öðrum degi hlupu þeir upp Yukon-fljótið í átt að Pelly.
Pero estos grandes avances implicaron un gran esfuerzo para François.
En slíkar góðar framfarir fylgdu mikilli pressu fyrir François.
La rebelión silenciosa de Buck había destrozado la disciplina del equipo.
Hljóðlát uppreisn Bucks hafði brotið niður aga liðsins.
Ya no tiraban juntos como una sola bestia bajo las riendas.
Þau drógust ekki lengur saman eins og ein skepna í taumunum.
Buck había llevado a otros al desafío mediante su valiente ejemplo.
Buck hafði leitt aðra til óhlýðni með djörfung sinni.
La orden de Spitz ya no fue recibida con miedo ni respeto.
Skipun Spitz var ekki lengur mætt með ótta eða virðingu.
Los demás perdieron el respeto que le tenían y se atrevieron a resistirse a su gobierno.

Hinir misstu lotningu sína fyrir honum og þorðu að veita honum mótspyrnu.
Una noche, Pike robó medio pescado y se lo comió bajo la mirada de Buck.
Eina nóttina stal Pike hálfum fiski og át hann fyrir framan augað á Buck.
Otra noche, Dub y Joe pelearon contra Spitz y quedaron impunes.
Annað kvöld börðust Dub og Joe við Spitz og sluppu óhegndir.
Incluso Billee se quejó con menos dulzura y mostró una nueva agudeza.
Jafnvel Billee kveinaði ekki eins sætlega og sýndi nýja skarpleika.
Buck le gruñó a Spitz cada vez que se cruzaban.
Buck urraði á Spitz í hvert skipti sem þeir mættust.
La actitud de Buck se volvió audaz y amenazante, casi como la de un matón.
Viðhorf Bucks varð djarft og ógnandi, næstum eins og eineltismaður.
Caminó delante de Spitz con arrogancia, lleno de amenaza burlona.
Hann gekk fram hjá Spitz með yfirlæti, fullum af hæðnislegum ógnum.
Ese colapso del orden se extendió también entre los perros de trineo.
Þetta hrun reglnanna breiddist einnig út meðal sleðahundanna.
Pelearon y discutieron más que nunca, llenando el campamento de ruido.
Þau börðust og rifuðust meira en nokkru sinni fyrr og fylltu búðirnar af hávaða.
La vida en el campamento se convertía cada noche en un caos salvaje y aullante.
Lífið í búðunum breyttist í villt, æpandi ringulreið á hverju kvöldi.
Sólo Dave y Solleks permanecieron firmes y concentrados.

Aðeins Dave og Solleks héldu stöðugir og einbeittu sér.
Pero incluso ellos se enojaron por las peleas constantes.
En jafnvel þeir urðu skapstyggir eftir stöðugu slagsmálin.
François maldijo en lenguas extrañas y pisoteó con frustración.
François bölvaði á framandi tungumálum og trampaði niður í gremju.
Se tiró del pelo y gritó mientras la nieve volaba bajo sus pies.
Hann reif í hárið á sér og hrópaði á meðan snjór flaug undir fæturna.
Su látigo azotó a la manada, pero apenas logró mantenerlos bajo control.
Svipan hans sló þvert yfir hópinn en hélt þeim naumlega í röðinni.
Cada vez que él le daba la espalda, la lucha estallaba de nuevo.
Í hvert skipti sem hann sneri baki við honum brutust bardagarnir út aftur.
François utilizó el látigo para azotar a Spitz, mientras Buck lideraba a los rebeldes.
François notaði svipuna fyrir Spitz, á meðan Buck leiddi uppreisnarmennina.
Cada uno conocía el papel del otro, pero Buck evitó cualquier culpa.
Hvor um sig vissi hlutverk hins, en Buck forðaðist alla ásökun.
François nunca sorprendió a Buck iniciando una pelea o eludiendo su trabajo.
François tók aldrei eftir því að Buck byrjaði slagsmál eða svíkja sig úr vinnunni.
Buck trabajó duro con el arnés; el trabajo ahora emocionaba su espíritu.
Buck vann hörðum höndum í beislinu — erfiðið kveikti nú mikinn áhuga hjá honum.
Pero encontró aún más alegría al provocar peleas y caos en el campamento.

En hann fann enn meiri gleði í því að kynda undir slagsmálum og ringulreið í búðunum.

Una noche, en la desembocadura del Tahkeena, Dub asustó a un conejo.
Eitt kvöldið við ósa Tahkeena hrökk Dub kanínu við.
Falló el tiro y el conejo con raquetas de nieve saltó lejos.
Hann missti af gripnum og snjóskókanínan stökk í burtu.
En cuestión de segundos, todo el equipo de trineo los persiguió con gritos salvajes.
Á nokkrum sekúndum elti allt sleðaliðið við með villtum ópum.
Cerca de allí, un campamento de la Policía del Noroeste albergaba cincuenta perros husky.
Þar í grenndinni var lögreglubúðir norðvestursins sem hýstu fimmtíu huskyhunda.
Se unieron a la caza y navegaron juntos por el río helado.
Þau tóku þátt í veiðinni og fossuðu saman niður frosna ána.
El conejo se desvió del río y huyó hacia el lecho congelado del arroyo.
Kanínan beygði af ánni og flúði upp frosinn lækjarfarveg.
El conejo saltaba suavemente sobre la nieve mientras los perros se abrían paso con dificultad.
Kanínan hoppaði létt yfir snjóinn á meðan hundarnir börðust í gegnum hann.
Buck lideró la enorme manada de sesenta perros en cada curva.
Buck leiddi risavaxna hópinn, sextíu hunda, í kringum hverja beygju.
Avanzó lentamente y con entusiasmo, pero no pudo ganar terreno.
Hann ýtti sér áfram, lágt og ákafur, en náði ekki fótfestu.
Su cuerpo brillaba bajo la pálida luna con cada poderoso salto.
Líkami hans glitraði undir fölum tunglinu við hvert öflugt stökk.

Más adelante, el conejo se movía como un fantasma, silencioso y demasiado rápido para atraparlo.

Á undan henni hreyfði kanínan sig eins og draugur, þögul og of hröð til að ná henni.

Todos esos viejos instintos —el hambre, la emoción— se apoderaron de Buck.

Allar þessar gömlu eðlishvötir — hungrið, spennan — þeyttu um Buck.

Los humanos a veces sienten este instinto y se ven impulsados a cazar con armas de fuego y balas.

Menn finna stundum fyrir þessari eðlishvöt, knúnir til veiða með byssu og kúlu.

Pero Buck sintió este sentimiento a un nivel más profundo y personal.

En Buck fann þessa tilfinningu á dýpri og persónulegri plani.

No podían sentir lo salvaje en su sangre como Buck podía sentirlo.

Þau gátu ekki fundið fyrir villimennskunni í blóði sínu eins og Buck gat fundið hana.

Persiguió carne viva, dispuesto a matar con los dientes y saborear la sangre.

Hann elti lifandi kjöt, tilbúinn að drepa með tönnunum og smakka blóð.

Su cuerpo se tensó de alegría, queriendo bañarse en la cálida vida roja.

Líkami hans þenstist af gleði, þráði að baða sig í heitu, rauðu lífi.

Una extraña alegría marca el punto más alto que la vida puede alcanzar.

Undarleg gleði markar hæsta punkt sem lífið getur náð.

La sensación de una cima donde los vivos olvidan que están vivos.

Tilfinningin um tind þar sem hinir lifandi gleyma að þeir eru jafnvel á lífi.

Esta alegría profunda conmueve al artista perdido en una inspiración ardiente.

Þessi djúpa gleði snertir listamanninn sem er týndur í brennandi innblæstri.

Esta alegría se apodera del soldado que lucha salvajemente y no perdona a ningún enemigo.

Þessi gleði grípur hermanninn sem berst af miklum krafti og hlífir engum óvini.

Esta alegría ahora se apoderó de Buck mientras lideraba la manada con hambre primaria.

Þessi gleði krafðist nú Bucks þar sem hann leiddi hópinn í frumstæðri hungri.

Aulló con el antiguo grito del lobo, emocionado por la persecución en vida.

Hann öskraði með fornum úlfsópi, heillaður af lifandi eltingarleiknum.

Buck recurrió a la parte más antigua de sí mismo, perdida en la naturaleza.

Buck kynnti sér elsta hluta sjálfs sín, týndan í óbyggðunum.

Llegó a lo más profundo, más allá de la memoria, al tiempo crudo y antiguo.

Hann rétti djúpt inn í, fortíðarminningar, inn í hráan, fornan tíma.

Una ola de vida pura recorrió cada músculo y tendón.

Bylgja af hreinu lífi streymdi um alla vöðva og sinar.

Cada salto gritaba que vivía, que avanzaba a través de la muerte.

Hvert stökk hrópaði að hann lifði, að hann færi sig í gegnum dauðann.

Su cuerpo se elevaba alegremente sobre una tierra quieta y fría que nunca se movía.

Líkami hans svif fagnandi yfir kyrrlátu, köldu landi sem aldrei hrærðist.

Spitz se mantuvo frío y astuto, incluso en sus momentos más salvajes.

Spitz var kaldur og lævís, jafnvel á villtustu stundum sínum.

Dejó el sendero y cruzó el terreno donde el arroyo se curvaba ampliamente.

Hann yfirgaf slóðina og fór yfir land þar sem lækurinn sveigði sig í bíðum.
Buck, sin darse cuenta de esto, permaneció en el sinuoso camino del conejo.
Buck, sem vissi ekki af þessu, hélt sig á hlykkjóttum slóð kanínunnar.
Entonces, cuando Buck dobló una curva, el conejo fantasmal estaba frente a él.
Þá, þegar Buck beygði, var draugalík kanínan fyrir framan hann.
Vio una segunda figura saltar desde la orilla delante de la presa.
Hann sá aðra veru stökkva af bakkanum á undan bráðinni.
La figura era Spitz, aterrizando justo en el camino del conejo que huía.
Veran var Spitz, sem lenti beint í slóð kanínunnar sem var á flótta.
El conejo no pudo girar y se encontró con las fauces de Spitz en el aire.
Kanínan gat ekki snúið sér við og mætti kjálkum Spitz í lausu lofti.
La columna vertebral del conejo se rompió con un chillido tan agudo como el grito de un humano moribundo.
Hryggur kanínunnar brotnaði með ópi jafn skörpum og ópi deyjandi manns.
Ante ese sonido, la caída de la vida a la muerte, la manada aulló fuerte.
Við þetta hljóð – fallið frá lífi til dauða – öskraði hópurinn hátt.
Un coro salvaje se elevó detrás de Buck, lleno de oscuro deleite.
Grimmilegur kór reis upp að baki Buck, fullur af dökkri gleði.
Buck no emitió ningún grito ni sonido y se lanzó directamente hacia Spitz.
Buck kveinaði ekki, ekkert hljóð, og hljóp beint á Spitz.
Apuntó a la garganta, pero en lugar de eso golpeó el hombro.
Hann miðaði á hálsinn en hitti í staðinn í öxlina.

Cayeron sobre la nieve blanda; sus cuerpos trabados en combate.
Þau veltust um mjúkan snjó; líkamar þeirra bundnir í bardaga.
Spitz se levantó rápidamente, como si nunca lo hubieran derribado.
Spitz spratt snöggt upp, eins og hann hefði aldrei verið felldur.
Cortó el hombro de Buck y luego saltó para alejarse de la pelea.
Hann skar á öxlina á Buck og stökk síðan frá bardaganum.
Sus dientes chasquearon dos veces como trampas de acero y sus labios se curvaron y fueron feroces.
Tvisvar brotnuðu tennur hans eins og stálgildrur, varirnar voru krullaðar og grimmilegar.
Retrocedió lentamente, buscando terreno firme bajo sus pies.
Hann bakkaði hægt og rólega og leitaði að traustu undirlagi undir fótum sér.
Buck comprendió el momento instantánea y completamente.
Buck skildi augnablikið samstundis og til fulls.
Había llegado el momento; la lucha iba a ser una lucha a muerte.
Tíminn var kominn; baráttan yrði barátta upp til dauða.
Los dos perros daban vueltas, gruñendo, con las orejas planas y los ojos entrecerrados.
Hundarnir tveir gengu í hringi, urruðu, með flöt eyru og þrengd augu.
Cada perro esperaba que el otro mostrara debilidad o un paso en falso.
Hvor hundur fyrir sig beið eftir að hinn sýndi veikleika eða mistök.
Para Buck, la escena era inquietantemente conocida y recordada profundamente.
Buck fannst þetta atriði óhugnanlega þekkt og djúpt í minningunni.
El bosque blanco, la tierra fría, la batalla bajo la luz de la luna.

Hvítir skógar, kalda jörðin, bardaginn undir tunglsljósinu.
Un pesado silencio llenó la tierra, profundo y antinatural.
Þung þögn fyllti landið, djúp og óeðlileg.
Ningún viento se agitó, ninguna hoja se movió, ningún sonido rompió la quietud.
Enginn vindur hrærðist, ekkert lauf hreyfðist, ekkert hljóð rauf kyrrðina.
El aliento de los perros se elevaba como humo en el aire helado y silencioso.
Andardráttur hundanna reis upp eins og reykur í frosnu, kyrrlátu loftinu.
El conejo fue olvidado hace mucho tiempo por la manada de bestias salvajes.
Kanínan var löngu gleymd af villidýrahópnum.
Estos lobos medio domesticados ahora permanecían quietos formando un amplio círculo.
Þessir hálftamdu úlfar stóðu nú kyrrir í víðum hring.
Estaban en silencio, sólo sus ojos brillantes revelaban su hambre.
Þau voru þögul, aðeins glóandi augu þeirra sýndu hungrið.
Su respiración se elevó mientras observaban cómo comenzaba la pelea final.
Andardráttur þeirra reif upp á við, horfðu á lokabardagann hefjast.
Para Buck, esta batalla era vieja y esperada, nada extraña.
Fyrir Buck var þessi orrusta gömul og væntanleg, alls ekki undarleg.
Parecía el recuerdo de algo que siempre estuvo destinado a suceder.
Þetta var eins og minning um eitthvað sem alltaf átti að gerast.
Spitz era un perro de pelea entrenado, perfeccionado por innumerables peleas salvajes.
Spitz var þjálfaður bardagahundur, sem hafði verið þjálfaður í ótal villtum slagsmálum.
Desde Spitzbergen hasta Canadá, había vencido a muchos enemigos.
Frá Svalbarði til Kanada hafði hann sigrað marga óvini.

Estaba lleno de furia, pero nunca dejó controlar la rabia.
Hann var fullur reiði en lét aldrei stjórn á sér.
Su pasión era aguda, pero siempre templada por un duro instinto.
Ástríða hans var skörp, en alltaf tempruð af hörðum eðlishvötum.
Nunca atacó hasta que su propia defensa estuvo en su lugar.
Hann réðst aldrei á fyrr en eigin vörn var til staðar.
Buck intentó una y otra vez alcanzar el vulnerable cuello de Spitz.
Buck reyndi aftur og aftur að ná til viðkvæms hálss Spitz.
Pero cada golpe era correspondido con un corte de los afilados dientes de Spitz.
En hverju höggi mætti Spitz höggi frá hvössum tönnum.
Sus colmillos chocaron y ambos perros sangraron por los labios desgarrados.
Tennur þeirra skelltust saman og báðir hundarnir blæddu úr rifnum vörum.
No importaba cuánto se lanzara Buck, no podía romper la defensa.
Sama hversu mikið Buck tókst að stökkva fram, hann gat ekki brotið vörnina.
Se puso más furioso y se abalanzó con salvajes ráfagas de poder.
Hann æsti æ meir og þaut inn með villtum kraftaskotum.
Una y otra vez, Buck atacó la garganta blanca de Spitz.
Aftur og aftur reyndi Buck að ná hvítum hálsi Spitz.
Cada vez que Spitz esquivaba el ataque, contraatacaba con un mordisco cortante.
Í hvert skipti slapp Spitz undan og sló til baka með biti.
Entonces Buck cambió de táctica y se abalanzó nuevamente hacia la garganta.
Þá breytti Buck um taktík og hljóp aftur eins og hann væri að reyna að ná hálsi.
Pero él retrocedió a mitad del ataque y se giró para atacar desde un costado.
En hann hörfaði til baka í miðri sókn og sneri sér að hliðarárás.

Le lanzó el hombro a Spitz con la intención de derribarlo.
Hann kastaði öxlinni í Spitz í þeim tilgangi að fella hann.
Cada vez que lo intentaba, Spitz lo esquivaba y contraatacaba con un corte.
Í hvert skipti sem hann reyndi forðaðist Spitz og svaraði með höggi.
El hombro de Buck se enrojeció cuando Spitz saltó después de cada golpe.
Öxl Bucks skemmdist þegar Spitz stökk fram hjá eftir hvert högg.
Spitz no había sido tocado, mientras que Buck sangraba por muchas heridas.
Spitz hafði ekki verið snert, á meðan Buck blæddi úr mörgum sárum.
La respiración de Buck era rápida y pesada y su cuerpo estaba cubierto de sangre.
Buck andaði hratt og þungt, líkami hans rennandi blóðugur.
La pelea se volvió más brutal con cada mordisco y embestida.
Bardaginn varð grimmari með hverju biti og áhlaupi.
A su alrededor, sesenta perros silenciosos esperaban que cayera el primero.
Í kringum þá biðu sextíu þöglir hundar eftir að sá fyrsti félli.
Si un perro caía, la manada terminaría la pelea.
Ef einn hundur féll, myndi hópurinn klára bardagann.
Spitz vio que Buck se estaba debilitando y comenzó a presionar para atacar.
Spitz sá að Buck var að veikjast og hóf sóknina.
Mantuvo a Buck fuera de equilibrio, obligándolo a luchar para mantener el equilibrio.
Hann hélt Buck úr jafnvægi og neyddi hann til að berjast fyrir fótfestu.
Una vez Buck tropezó y cayó, y todos los perros se levantaron.
Einu sinni hrasaði Buck og féll, og allir hundarnir risu upp.
Pero Buck se enderezó a mitad de la caída y todos volvieron a caer.

En Buck rétti úr sér um miðjan fallið og allir sukku aftur niður.
Buck tenía algo poco común: una imaginación nacida de un instinto profundo.
Buck hafði eitthvað sjaldgæft — ímyndunarafl sem spratt af djúpri eðlishvöt.
Peleó con impulso natural, pero también peleó con astucia.
Hann barðist af eðlislægum krafti, en hann barðist líka af slægð.
Cargó de nuevo como si repitiera su truco de ataque con el hombro.
Hann hljóp aftur á völlinn eins og hann væri að endurtaka öxlarárásarbragðið sitt.
Pero en el último segundo, se agachó y pasó por debajo de Spitz.
En á síðustu stundu féll hann lágt og sveif undir Spitz.
Sus dientes se clavaron en la pata delantera izquierda de Spitz con un chasquido.
Tennur hans festust á vinstri framfót Spitz með smell.
Spitz ahora estaba inestable, con su peso sobre sólo tres patas.
Spitz stóð nú óstöðugur, aðeins á þremur fótum.
Buck atacó de nuevo e intentó derribarlo tres veces.
Buck sló aftur til og reyndi þrisvar sinnum að fella hann.
En el cuarto intento utilizó el mismo movimiento con éxito.
Í fjórðu tilraun notaði hann sömu hreyfingu með góðum árangri.
Esta vez Buck logró morder la pata derecha de Spitz.
Að þessu sinni tókst Buck að bíta í hægri fótinn á Spitz.
Spitz, aunque lisiado y en agonía, siguió luchando por sobrevivir.
Spitz, þótt hann væri lamaður og í kvalafullum sársauka, hélt áfram að berjast fyrir lífi sínu.
Vio que el círculo de huskies se estrechaba, con las lenguas afuera y los ojos brillantes.
Hann sá að hringurinn af husky-hundum þrengdist saman, tungurnar útréttar og augun glóandi.

Esperaron para devorarlo, tal como habían hecho con los otros.
Þau biðu eftir að gleypa hann, rétt eins og þau höfðu gert við aðra.
Esta vez, él estaba en el centro; derrotado y condenado.
Að þessu sinni stóð hann í miðjunni; sigraður og dæmdur.
Ya no había opción de escapar para el perro blanco.
Hvíti hundurinn hafði engan möguleika á að flýja núna.
Buck no mostró piedad, porque la piedad no pertenecía a la naturaleza.
Buck sýndi enga miskunn, því miskunn átti ekki heima í náttúrunni.
Buck se movió con cuidado, preparándose para la carga final.
Buck gekk varlega og bjó sig undir lokaárásina.
El círculo de perros esquimales se cerró; sintió sus respiraciones cálidas.
Hringurinn af huskyhundum lokaðist um hann; hann fann hlýjan andardrátt þeirra.
Se agacharon, preparados para saltar cuando llegara el momento.
Þau krjúpu lágt, tilbúin að stökkva þegar stundin kæmi.
Spitz temblaba en la nieve, gruñendo y cambiando su postura.
Spitz skalf í snjónum, urraði og breytti stöðu sinni.
Sus ojos brillaban, sus labios se curvaron y sus dientes brillaron en una amenaza desesperada.
Augun hans glóðu, varirnar krullaðar, tennurnar glitruðu af örvæntingarfullri ógn.
Se tambaleó, todavía intentando contener el frío mordisco de la muerte.
Hann staulaðist, enn að reyna að halda aftur af sér kalda bit dauðans.
Ya había visto esto antes, pero siempre desde el lado ganador.
Hann hafði séð þetta áður, en alltaf frá sigurvegaranum.

Ahora estaba en el bando perdedor; el derrotado; la presa; la muerte.
Nú var hann á taparahliðinni; ósigraði; bráðin; dauði.
Buck voló en círculos para asestar el golpe final, mientras el círculo de perros se acercaba cada vez más.
Buck hringdi í kringum sig til að hljóta síðasta höggið, hundahringurinn þrýsti sér nær.
Podía sentir sus respiraciones calientes; listas para matar.
Hann fann heitan andardrátt þeirra; tilbúin til dráps.
Se hizo un silencio absoluto, todo estaba en su lugar, el tiempo se había detenido.
Þögn sló á; allt var á sínum stað; tíminn hafði stöðvast.
Incluso el aire frío entre ellos se congeló por un último momento.
Jafnvel kalda loftið á milli þeirra fraus í eina síðustu stund.
Sólo Spitz se movió, intentando contener su amargo final.
Aðeins Spitz hreyfði sig og reyndi að halda aftur af sér beiska endalokin.
El círculo de perros se iba cerrando a su alrededor, tal como era su destino.
Hundahringurinn var að lokast um hann, eins og örlög hans voru.
Ahora estaba desesperado, sabiendo lo que estaba a punto de suceder.
Hann var örvæntingarfullur núna, vitandi hvað myndi gerast.
Buck saltó y hombro con hombro chocó una última vez.
Buck stökk inn, öxl mættist öxl í síðasta sinn.
Los perros se lanzaron hacia adelante, cubriendo a Spitz en la oscuridad nevada.
Hundarnir þustu fram og huldu Spitz í snjóþöktu myrkrinu.
Buck observaba, erguido, vencedor en un mundo salvaje.
Buck horfði á, standandi rakur; sigurvegarinn í villtum heimi.
La bestia primordial dominante había cometido su asesinato, y fue bueno.
Ríkjandi frumdýrið hafði gert bráðabirgðaverk, og það var gott.

Aquel que ha alcanzado la maestría
Hann, sem hefur sigrað til meistara

¿Eh? ¿Qué dije? Digo la verdad cuando digo que Buck es un demonio.
„Ha? Hvað sagði ég? Ég segi satt þegar ég segi að Buck sé djöfull."
François dijo esto a la mañana siguiente después de descubrir que Spitz había desaparecido.
François sagði þetta morguninn eftir eftir að hafa fundið Spitz týndan.
Buck permaneció allí, cubierto de heridas por la feroz pelea.
Buck stóð þar, þakinn sárum eftir hina grimmlegu bardaga.
François acercó a Buck al fuego y señaló las heridas.
François dró Buck að eldinum og benti á sárin.
"Ese Spitz peleó como Devik", dijo Perrault, mirando los profundos cortes.
„Þessi Spitz barðist eins og Devik," sagði Perrault og horfði á djúpu sárin.
—Y ese Buck peleó como dos demonios —respondió François inmediatamente.
„Og að Buck barðist eins og tveir djöflar," svaraði François þegar í stað.
"Ahora iremos a buen ritmo; no más Spitz, no más problemas".
„Nú skulum við njóta góðs tíma; engir fleiri Spitz, engin meiri vandræði."
Perrault estaba empacando el equipo y cargando el trineo con cuidado.
Perrault var að pakka farangursdótinu og hlaða sleðann af varúð.
François enjaezó a los perros para prepararlos para la carrera del día.
François beislaði hundana til að undirbúa sig fyrir hlaup dagsins.
Buck trotó directamente a la posición de liderazgo que alguna vez ocupó Spitz.

Buck skokkaði beint í forystustöðuna sem Spitz hafði eitt sinn haft.
Pero François, sin darse cuenta, condujo a Solleks hacia el frente.
En François, sem tók ekki eftir því, leiddi Solleks fram á við.
A juicio de François, Solleks era ahora el mejor perro guía.
Að mati François var Solleks nú besti leiðtogahundurinn.
Buck se abalanzó furioso sobre Solleks y lo hizo retroceder en protesta.
Buck stökk á Solleks í reiði og rak hann til baka í mótmælaskyni.
Se situó en el mismo lugar que una vez estuvo Spitz, ocupando la posición de liderazgo.
Hann stóð þar sem Spitz hafði áður staðið og eignaðist forystusætið.
—¿Eh? ¿Eh? —gritó François, dándose palmadas en los muslos, divertido.
„Ha? Ha?" hrópaði François og sló sér á lærin í skemmtun.
—Mira a Buck. Mató a Spitz y ahora quiere aceptar el trabajo.
„Líttu á Buck – hann drap Spitz, nú vill hann taka starfið!"
—¡Vete, Chook! —gritó, intentando ahuyentar a Buck.
„Farðu í burtu, Chook!" hrópaði hann og reyndi að reka Buck í burtu.
Pero Buck se negó a moverse y se mantuvo firme en la nieve.
En Buck neitaði að hreyfa sig og stóð fastur í snjónum.
François agarró a Buck por la nuca y lo arrastró a un lado.
François greip í höfuðið á Buck og dró hann til hliðar.
Buck gruñó bajo y amenazante, pero no atacó.
Buck urraði lágt og ógnandi en réðst ekki á.
François puso a Solleks de nuevo en cabeza, intentando resolver la disputa.
François kom Solleks aftur yfir og reyndi að jafna deiluna.
El perro viejo mostró miedo de Buck y no quería quedarse.
Gamli hundurinn sýndi ótta við Buck og vildi ekki vera áfram.
Cuando François le dio la espalda, Buck expulsó nuevamente a Solleks.

Þegar François sneri baki við, rak Buck Solleks út aftur.

Solleks no se resistió y se hizo a un lado silenciosamente una vez más.

Solleks veitti enga mótspyrnu og færði sig hljóðlega til hliðar á ný.

François se enojó y gritó: "¡Por Dios, te arreglo!"

François reiddist og hrópaði: „Í Guðs nafni, ég laga þig!"

Se acercó a Buck sosteniendo un pesado garrote en su mano.

Hann kom að Buck með þunga kylfu í hendinni.

Buck recordaba bien al hombre del suéter rojo.

Buck mundi vel eftir manninum í rauða peysunni.

Se retiró lentamente, observando a François, pero gruñendo profundamente.

Hann hörfaði hægt, horfði á François en urraði djúpt.

No se apresuró a regresar, incluso cuando Solleks ocupó su lugar.

Hann hraðaði sér ekki til baka, jafnvel þegar Solleks stóð á sínum stað.

Buck voló en círculos fuera de su alcance, gruñendo con furia y protesta.

Buck hringdi rétt utan seilingar, urraði af reiði og mótmælum.

Mantuvo la vista fija en el palo, dispuesto a esquivarlo si François lanzaba.

Hann hélt augunum á kylfunni, tilbúinn að forðast ef François kastaði.

Se había vuelto sabio y cauteloso en cuanto a las costumbres de los hombres con armas.

Hann hafði orðið vitur og varkár í því hvernig vopnaðir menn áttu að umgangast.

François se dio por vencido y llamó a Buck nuevamente a su antiguo lugar.

François gafst upp og kallaði Buck aftur heim til síns fyrra heimilis.

Pero Buck retrocedió con cautela, negándose a obedecer la orden.

En Buck steig varlega til baka og neitaði að hlýða skipuninni.

François lo siguió, pero Buck sólo retrocedió unos pasos más.
François fylgdi á eftir, en Buck hörfaði aðeins nokkur skref í viðbót.
Después de un tiempo, François arrojó el arma al suelo, frustrado.
Eftir smá stund kastaði François vopninu niður í gremju.
Pensó que Buck tenía miedo de que le dieran una paliza y que iba a venir sin hacer mucho ruido.
Hann hélt að Buck óttaðist barsmíð og ætlaði að koma hljóðlega.
Pero Buck no estaba evitando el castigo: estaba luchando por su rango.
En Buck forðaðist ekki refsingu — hann var að berjast fyrir tign.
Se había ganado el puesto de perro líder mediante una pelea a muerte.
Hann hafði unnið sér inn leiðtogasætið með bardaga upp á líf og dauða.
No iba a conformarse con nada menos que ser el líder.
Hann ætlaði ekki að sætta sig við neitt minna en að vera leiðtogi.

Perrault participó en la persecución para ayudar a atrapar al rebelde Buck.
Perrault tók þátt í eftirförinni til að hjálpa til við að ná uppreisnargjörnum Buck.
Juntos lo hicieron correr alrededor del campamento durante casi una hora.
Saman hlupu þau með honum um búðirnar í næstum klukkustund.
Le lanzaron garrotes, pero Buck los esquivó hábilmente.
Þeir köstuðu kylfum að honum, en Buck forðaðist hverja þeirra af list.
Lo maldijeron a él, a sus padres, a sus descendientes y a cada cabello que tenía.

Þeir formæltu honum, forfeðrum hans, niðjum hans og hverju hári á honum.

Pero Buck sólo gruñó y se quedó fuera de su alcance.

En Buck urraði bara á móti og hélt sig rétt utan seilingar þeirra.

Nunca intentó huir, sino que rodeó el campamento deliberadamente.

Hann reyndi aldrei að flýja heldur fór af ásettu ráði í kringum búðirnar.

Dejó claro que obedecería una vez que le dieran lo que quería.

Hann gaf skýrt til kynna að hann myndi hlýða um leið og þeir gæfu honum það sem hann vildi.

François finalmente se sentó y se rascó la cabeza con frustración.

François settist loksins niður og klóraði sér í höfðinu af gremju.

Perrault miró su reloj, maldijo y murmuró algo sobre el tiempo perdido.

Perrault leit á úrið sitt, bölvaði og muldraði um glataðan tíma.

Ya había pasado una hora cuando debían estar en el sendero.

Klukkustund var þegar liðin þegar þau hefðu átt að vera komin á slóðina.

François se encogió de hombros tímidamente y miró al mensajero, quien suspiró derrotado.

François yppti öxlum feimnislega til sendiboðans, sem andvarpaði ósigrandi.

Entonces François se acercó a Solleks y llamó a Buck una vez más.

Þá gekk François til Solleks og kallaði enn á Buck.

Buck se rió como se ríe un perro, pero mantuvo una distancia cautelosa.

Buck hló eins og hundur hlær en hélt varfærnislegri fjarlægð.

François le quitó el arnés a Solleks y lo devolvió a su lugar.

François tók af Solleks beisli og setti hann aftur á sinn stað.

El equipo de trineo estaba completamente arneses y solo había un lugar libre.

Sleðaliðið stóð fullbúið í beislum, með aðeins eitt laust sæti.
La posición de liderazgo quedó vacía, claramente destinada solo para Buck.
Forystusætið var enn autt, greinilega ætluð Buck einum.
François volvió a llamar, y nuevamente Buck rió y se mantuvo firme.
François kallaði aftur, og aftur hló Buck og stóð fast á sínu.
—Tira el garrote —ordenó Perrault sin dudarlo.
„Kastið niður kylfunni," skipaði Perrault án þess að hika.
François obedeció y Buck inmediatamente trotó hacia adelante orgulloso.
François hlýddi og Buck skokkaði þegar í stað stoltur áfram.
Se rió triunfante y asumió la posición de líder.
Hann hló sigri hrósandi og steig í fremstu stöðu.
François aseguró sus correajes y el trineo se soltó.
François tryggði sér slóðir og sleðinn losnaði.
Ambos hombres corrieron al lado del equipo mientras corrían hacia el sendero del río.
Báðir mennirnir hlupu hlið við hlið þegar liðið hljóp út á slóðann meðfram ánni.
François tenía en alta estima a los "dos demonios" de Buck.
François hafði haft mikils mat á „tvo djöfla" Bucks.
Pero pronto se dio cuenta de que en realidad había subestimado al perro.
en hann áttaði sig fljótt á því að hann hafði í raun vanmetið hundinn.
Buck asumió rápidamente el liderazgo y trabajó con excelencia.
Buck tók fljótt við forystu og stóð sig með mikilli prýði.
En juicio, pensamiento rápido y acción veloz, Buck superó a Spitz.
Í dómgreind, skjótri hugsun og hraðri aðgerðum fór Buck fram úr Spitz.
François nunca había visto un perro igual al que Buck mostraba ahora.
François hafði aldrei séð hund jafngóðan og Buck sýndi nú.

Pero Buck realmente sobresalía en imponer el orden e imponer respeto.
En Buck skaraði sannarlega fram úr í að framfylgja reglu og vekja virðingu.
Dave y Solleks aceptaron el cambio sin preocupación ni protesta.
Dave og Solleks samþykktu breytinguna án áhyggna eða mótmæla.
Se concentraron únicamente en el trabajo y en tirar con fuerza de las riendas.
Þau einbeittust aðeins að vinnu og að toga fast í taumana.
A ellos les importaba poco quién iba delante, siempre y cuando el trineo siguiera moviéndose.
Þeim var alveg sama hver leiddi, svo lengi sem sleðinn hélt áfram.
Billee, la alegre, podría haber liderado todo lo que a ellos les importaba.
Billee, sú glaðlynda, hefði getað leitt hvað sem þeim þótti vænt um.
Lo que les importaba era la paz y el orden en las filas.
Það sem skipti þá máli var friður og regla innan raðanna.

El resto del equipo se había vuelto rebelde durante la decadencia de Spitz.
Restin af liðinu hafði orðið óstýrilát á meðan Spitz var á hnignunartíma.
Se sorprendieron cuando Buck inmediatamente los puso en orden.
Þau voru steinhissa þegar Buck færði þau strax til að panta.
Pike siempre había sido perezoso y arrastraba los pies detrás de Buck.
Pike hafði alltaf verið latur og dregið fæturna á eftir Buck.
Pero ahora el nuevo liderazgo lo ha disciplinado severamente.
En nú var hann agaður harðlega af nýju forystunni.
Y rápidamente aprendió a aportar su granito de arena en el equipo.

Og hann lærði fljótt að leggja sitt af mörkum í liðinu.
Al final del día, Pike trabajó más duro que nunca.
Í lok dagsins vann Pike meira en nokkru sinni fyrr.
Esa noche en el campamento, Joe, el perro amargado, finalmente fue sometido.
Þetta kvöld í búðunum var Joe, súri hundurinn, loksins yfirbugaður.
Spitz no logró disciplinarlo, pero Buck no falló.
Spitz hafði ekki agað hann, en Buck brást ekki.
Utilizando su mayor peso, Buck superó a Joe en segundos.
Með því að nota stærri þyngd sína yfirbugaði Buck Joe á nokkrum sekúndum.
Mordió y golpeó a Joe hasta que gimió y dejó de resistirse.
Hann beit og barði Joe þar til hann kveinaði og hætti að veita mótspyrnu.
Todo el equipo mejoró a partir de ese momento.
Allt liðið batnaði frá þeirri stundu.
Los perros recuperaron su antigua unidad y disciplina.
Hundarnir endurheimtu gamla samheldni sína og aga.
En Rink Rapids, se unieron dos nuevos huskies nativos, Teek y Koona.
Í Rink Rapids bættust tveir nýir innfæddir husky-hundar, Teek og Koona, við.
El rápido entrenamiento que Buck les dio sorprendió incluso a François.
Hröð þjálfun Bucks á þeim kom jafnvel François á óvart.
"¡Nunca hubo un perro como ese Buck!" gritó con asombro.
„Aldrei hefur slíkur hundur verið til eins og þessi Buck!" hrópaði hann undrandi.
¡No, jamás! ¡Vale mil dólares, por Dios!
„Nei, aldrei! Hann er þúsund dollara virði, fyrir Guðs sakir!"
—¿Eh? ¿Qué dices, Perrault? —preguntó con orgullo.
„Ha? Hvað segirðu, Perrault?" spurði hann stoltur.
Perrault asintió en señal de acuerdo y revisó sus notas.
Perrault kinkaði kolli til samþykkis og fór yfir glósurnar sínar.
Ya vamos por delante del cronograma y ganamos más cada día.

Við erum nú þegar á undan áætlun og náum meiri árangri með hverjum deginum.
El sendero estaba duro y liso, sin nieve fresca.
Slóðin var harðgerð og greið, án nýsnjóss.
El frío era constante, rondando los cincuenta grados bajo cero durante todo el tiempo.
Kuldinn var stöðugur, fimmtíu frostmark allan tímann.
Los hombres cabalgaban y corrían por turnos para entrar en calor y ganar tiempo.
Mennirnir riðu og hlupu til skiptis til að halda á sér hita og ná tíma.
Los perros corrían rápido, con pocas paradas y siempre avanzando.
Hundarnir hlupu hratt með fáum stoppum, alltaf á undan.
El río Thirty Mile estaba casi congelado y era fácil cruzarlo.
Þrjátíu mílna áin var að mestu leyti frosin og auðvelt að ferðast yfir hana.
Salieron en un día lo que habían tardado diez días en llegar.
Þau fóru út á einum degi það sem hafði tekið tíu daga að koma inn.
Hicieron una carrera de sesenta millas desde el lago Le Barge hasta White Horse.
Þau óku sextíu mílna langt frá Le Barge-vatni til Hvíta hestsins.
A través de los lagos Marsh, Tagish y Bennett se movieron increíblemente rápido.
Yfir Marsh-, Tagish- og Bennett-vötnin fóru þau ótrúlega hratt.
El hombre corriendo remolcado detrás del trineo por una cuerda.
Hlaupamaðurinn dró sig á eftir sleðanum í reipi.
En la última noche de la segunda semana llegaron a su destino.
Síðasta kvöldið í annarri viku komust þau á áfangastað.
Habían llegado juntos a la cima del Paso Blanco.
Þau höfðu komist saman upp á topp Hvítaskarðsins.
Descendieron al nivel del mar con las luces de Skaguay debajo de ellos.

Þau féllu niður að sjávarmáli með ljósin á Skaguay fyrir neðan sig.
Había sido una carrera que estableció un récord a través de kilómetros de desierto frío.
Þetta hafði verið methlaup yfir kílómetra af köldum óbyggðum.
Durante catorce días seguidos, recorrieron un promedio de cuarenta millas.
Í fjórtán daga samfleytt óku þeir að meðaltali rúmar fjörutíu kílómetra.
En Skaguay, Perrault y François transportaban mercancías por la ciudad.
Í Skaguay fluttu Perrault og François farm um bæinn.
Fueron aplaudidos y la multitud admirada les ofreció muchas bebidas.
Þeim var fagnað og boðið upp á marga drykki af aðdáunarverðum mannfjölda.
Los cazadores de perros y los trabajadores se reunieron alrededor del famoso equipo de perros.
Hundaeyðingarmenn og verkamenn söfnuðust saman í kringum hið fræga hundateymi.
Luego, los forajidos del oeste llegaron a la ciudad y sufrieron una derrota violenta.
Þá komu vestrænir útlagar til bæjarins og biðu harkalegs ósigur.
La gente pronto se olvidó del equipo y se centró en un nuevo drama.
Fólkið gleymdi fljótt liðinu og einbeitti sér að nýrri dramatík.
Luego vinieron las nuevas órdenes que cambiaron todo de golpe.
Þá komu nýju skipanirnar sem breyttu öllu í einu.
François llamó a Buck y lo abrazó con orgullo entre lágrimas.
François kallaði á Buck og faðmaði hann með tárvotum stolti.
Ese momento fue la última vez que Buck volvió a ver a François.
Þessi stund var í síðasta sinn sem Buck sá François aftur.

Como muchos hombres antes, tanto François como Perrault se habían ido.
Eins og margir menn áður voru bæði François og Perrault farnir.
Un mestizo escocés se hizo cargo de Buck y sus compañeros de equipo de perros de trineo.
Skoskur hálfkynshundur tók umsjón með Buck og sleðahundafélögum hans.
Con una docena de otros equipos de perros, regresaron por el sendero hasta Dawson.
Með tylft annarra hundateyma sneru þeir aftur eftir slóðinni til Dawson.
Ya no era una carrera rápida, solo un trabajo duro con una carga pesada cada día.
Þetta var engin hröð hlaup núna — bara erfitt strit með þungri byrði á hverjum degi.
Éste era el tren correo que llevaba noticias a los buscadores de oro cerca del Polo.
Þetta var póstlest sem bar tíðindi til gullveiðimanna nálægt pólnum.
A Buck no le gustaba el trabajo, pero lo soportaba bien y se enorgullecía de su esfuerzo.
Buck líkaði ekki verkið en þoldi það vel og var stoltur af erfiði sínu.
Al igual que Dave y Solleks, Buck mostró devoción por cada tarea diaria.
Eins og Dave og Solleks sýndi Buck hollustu í hverju daglegu starfi.
Se aseguró de que cada uno de sus compañeros hiciera su parte.
Hann gætti þess að liðsfélagar hans legðu allir sitt af mörkum.
La vida en el sendero se volvió aburrida, repetida con la precisión de una máquina.
Lífið á slóðunum varð dauflegt, endurtekið með nákvæmni vélarinnar.
Cada día parecía igual, una mañana se fundía con la siguiente.

Hver dagur var eins, einn morgunn rann upp í þann næsta.
A la misma hora, los cocineros se levantaron para hacer fogatas y preparar la comida.
Á sama tíma risu kokkarnir upp til að kveikja eld og útbúa mat.
Después del desayuno, algunos abandonaron el campamento mientras otros enjaezaron los perros.
Eftir morgunmat yfirgáfu sumir tjaldstæðið á meðan aðrir beisluðu hundana.
Se pusieron en marcha antes de que la tenue señal del amanecer tocara el cielo.
Þau lögðu af stað áður en dauf viðvörun um dögun náði til himins.
Por la noche se detenían para acampar, cada hombre con una tarea determinada.
Að nóttu til námu þeir staðar til að slá upp tjaldbúðum, hver maður með ákveðna skyldu.
Algunos montaron tiendas de campaña, otros cortaron leña y recogieron ramas de pino.
Sumir reistu tjöld, aðrir höggu eldivið og söfnuðu furugreinum.
Se llevaba agua o hielo a los cocineros para la cena.
Vatn eða ís var borið aftur til kokkanna fyrir kvöldmatinn.
Los perros fueron alimentados y esta fue la mejor parte del día para ellos.
Hundunum var gefið að éta og þetta var besti hluti dagsins fyrir þá.
Después de comer pescado, los perros se relajaron y descansaron cerca del fuego.
Eftir að hafa borðað fisk slökuðu hundarnir á og lágu við eldinn.
Había otros cien perros en el convoy con los que mezclarse.
Það voru hundrað aðrir hundar í bílalestinni til að blanda geði við.
Muchos de esos perros eran feroces y rápidos para pelear sin previo aviso.

Margir þessara hunda voru grimmir og fljótir til að berjast án viðvörunar.
Pero después de tres victorias, Buck dominó incluso a los luchadores más feroces.
En eftir þrjá sigra hafði Buck náð tökum á jafnvel hörðustu bardagamönnum.
Cuando Buck gruñó y mostró los dientes, se hicieron a un lado.
Þegar Buck urraði og sýndi tennurnar, stigu þeir til hliðar.
Quizás lo mejor de todo es que a Buck le encantaba tumbarse cerca de la fogata parpadeante.
Kannski best af öllu var að Buck elskaði að liggja við logandi varðeldinn.
Se agachó con las patas traseras dobladas y las patas delanteras estiradas hacia adelante.
Hann kraup niður með afturfæturna krókna og framfæturna teygða fram.
Levantó la cabeza mientras parpadeaba suavemente ante las llamas brillantes.
Hann lyfti höfðinu er hann blikkaði lágt að glóandi logunum.
A veces recordaba la gran casa del juez Miller en Santa Clara.
Stundum minntist hann stóra húss dómara Millers í Santa Clara.
Pensó en la piscina de cemento, en Ysabel y en el pug llamado Toots.
Hann hugsaði um sementslaugina, um Ysabel og mopshundinn sem hét Toots.
Pero más a menudo recordaba el garrote del hombre del suéter rojo.
En oftar minntist hann mannsins með kylfuna í rauðu peysunni.
Recordó la muerte de Curly y su feroz batalla con Spitz.
Hann minntist dauða Krullað og harðrar baráttu hans við Spitz.
También recordó la buena comida que había comido o con la que aún soñaba.

Hann minntist líka á góða matinn sem hann hafði borðað eða dreymdi enn um.
Buck no sentía nostalgia: el cálido valle era distante e irreal.
Buck var ekki heimþráandi — hlýi dalurinn var fjarlægur og óraunverulegur.
Los recuerdos de California ya no ejercían ninguna atracción sobre él.
Minningarnar frá Kaliforníu höfðu ekki lengur neitt raunverulegt aðdráttarafl í honum.
Más fuertes que la memoria eran los instintos profundos en su linaje.
Sterkari en minnið voru eðlishvöt djúpt í ætt hans.
Los hábitos que una vez se habían perdido habían regresado, revividos por el camino y la naturaleza.
Venjur sem eitt sinn höfðu glatast höfðu komið aftur, endurvaknar af slóðinni og náttúrunni.
Mientras Buck observaba la luz del fuego, a veces se convertía en otra cosa.
Þegar Buck horfði á eldsljósið breyttist það stundum í eitthvað allt annað.
Vio a la luz del fuego otro fuego, más antiguo y más profundo que el actual.
Hann sá í eldsljósinu annan eld, eldri og dýpri en þann sem nú er.
Junto a ese otro fuego se agazapaba un hombre que no se parecía en nada al cocinero mestizo.
Við hinn eldinn kraup maður ólíkt hálfkyns kokkinum.
Esta figura tenía piernas cortas, brazos largos y músculos duros y anudados.
Þessi veru hafði stutta fætur, langa handleggi og harða, hnúta vöðva.
Su cabello era largo y enmarañado, y caía hacia atrás desde los ojos.
Hár hans var langt og flækt, hallandi aftur frá augunum.
Hizo ruidos extraños y miró con miedo hacia la oscuridad.
Hann gaf frá sér undarleg hljóð og starði hræddur út í myrkrið.

Sostenía agachado un garrote de piedra, firmemente agarrado con su mano larga y áspera.
Hann hélt steinkylfu lágt, fast í hendi sinni, löngu, grófu.
El hombre vestía poco: sólo una piel carbonizada que le colgaba por la espalda.
Maðurinn var lítið í fötum; bara brunninn skinn sem hékk niður bakið á honum.
Su cuerpo estaba cubierto de espeso vello en los brazos, el pecho y los muslos.
Líkami hans var þakinn þykku hári sem þvert yfir handleggi, bringu og læri.
Algunas partes del cabello estaban enredadas en parches de pelaje áspero.
Sumir hlutar hársins voru flæktir í grófa feldarbletti.
No se mantenía erguido, sino inclinado hacia delante desde las caderas hasta las rodillas.
Hann stóð ekki beinn heldur beygði sig fram frá mjöðmum að hnjám.
Sus pasos eran elásticos y felinos, como si estuviera siempre dispuesto a saltar.
Skref hans voru fjaðrandi og kattarleg, eins og hann væri alltaf tilbúinn til að stökkva.
Había un estado de alerta agudo, como si viviera con miedo constante.
Það var mikil árvekni, eins og hann lifði í stöðugum ótta.
Este hombre anciano parecía esperar el peligro, ya sea que lo viera o no.
Þessi forni maður virtist búast við hættu, hvort sem hættan var sjáanleg eða ekki.
A veces, el hombre peludo dormía junto al fuego, con la cabeza metida entre las piernas.
Stundum svaf loðni maðurinn við eldinn, höfuðið á milli fótanna.
Sus codos descansaban sobre sus rodillas, sus manos entrelazadas sobre su cabeza.
Olnbogarnir hvíldu á hnjánum, hendurnar krosslagðar fyrir ofan höfuðið.

Como un perro, usó sus brazos peludos para protegerse de la lluvia que caía.
Eins og hundur notaði hann loðna handleggi sína til að varpa frá sér fallandi rigningunni.
Más allá de la luz del fuego, Buck vio dos brasas brillando en la oscuridad.
Handan við eldinn sá Buck tvö glóandi kol í myrkrinu.
Siempre de dos en dos, eran los ojos de las bestias rapaces al acecho.
Alltaf tvö og tvö, þau voru augu rándýra á hælunum.
Escuchó cuerpos chocando contra la maleza y ruidos en la noche.
Hann heyrði lík brotna í gegnum runna og hljóð sem heyrðust í nóttinni.
Acostado en la orilla del Yukón, parpadeando, Buck soñaba junto al fuego.
Buck liggjandi á bakka Yukon-fljóts, blikkandi, dreymdi við eldinn.
Las vistas y los sonidos de ese mundo salvaje le ponían los pelos de punta.
Hljóðin og sjónirnar úr þessum villta heimi fengu hann til að rísa.
El pelaje se le subió por la espalda, los hombros y el cuello.
Feldurinn reis meðfram baki hans, axlunum og upp hálsinn.
Él gimió suavemente o emitió un gruñido bajo y profundo en su pecho.
Hann kveinaði lágt eða urraði lágt djúpt í brjósti sér.
Entonces el cocinero mestizo gritó: "¡Oye, Buck, despierta!"
Þá hrópaði hálfklæddi kokkurinn: „Heyrðu, þú Buck, vaknaðu!"
El mundo de los sueños desapareció y la vida real regresó a los ojos de Buck.
Draumaheimurinn hvarf og raunveruleikinn birtist aftur í augum Bucks.
Iba a levantarse, estirarse y bostezar, como si acabara de despertar de una siesta.

Hann ætlaði að standa upp, teygja sig og gapja, eins og hann hefði vaknað úr blundi.

El viaje fue duro, con el trineo del correo arrastrándose detrás de ellos.

Ferðin var erfið, þar sem póstsleðinn dróst á eftir þeim.

Las cargas pesadas y el trabajo duro agotaban a los perros cada largo día.

Þungar byrðar og erfitt starf tæmdu hundana á hverjum löngum degi.

Llegaron a Dawson delgados, cansados y necesitando más de una semana de descanso.

Þau komu til Dawson grann, þreytt og þurftu meira en viku hvíld.

Pero sólo dos días después, emprendieron nuevamente el descenso por el Yukón.

En aðeins tveimur dögum síðar lögðu þeir aftur af stað niður Júkonfljótið.

Estaban cargados con más cartas destinadas al mundo exterior.

Þau voru hlaðin fleiri bréfum sem voru á leið til umheimsins.

Los perros estaban exhaustos y los hombres se quejaban constantemente.

Hundarnir voru úrvinda og mennirnir kvörtuðu stöðugt.

La nieve caía todos los días, suavizando el camino y ralentizando los trineos.

Snjór féll á hverjum degi, mýkti slóðina og hægði á sleðanum.

Esto provocó que el tirón fuera más difícil y hubo más resistencia para los corredores.

Þetta olli því að togið var harðara og hlaupararnir voru meira móttækilegir.

A pesar de eso, los pilotos fueron justos y se preocuparon por sus equipos.

Þrátt fyrir það voru ökumennirnir sanngjarnir og umhyggjusamir gagnvart liðum sínum.

Cada noche, los perros eran alimentados antes de que los hombres pudieran comer.

Á hverju kvöldi voru hundarnir fóðraðir áður en mennirnir fengu að borða.

Ningún hombre duerme sin antes revisar las patas de su propio perro.

Enginn maður sofnar áður en hann hefur athugað fætur hunds síns.

Aún así, los perros se fueron debilitando a medida que los kilómetros iban desgastando sus cuerpos.

Samt sem áður veiktust hundarnir eftir því sem kílómetrarnir drógu á líkama þeirra.

Habían viajado mil ochocientas millas durante el invierno.

Þau höfðu ferðast átján hundruð mílur í vetur.

Tiraron de trineos a lo largo de cada milla de esa brutal distancia.

Þeir drógu sleða yfir hverja einustu kílómetra af þessari grimmilegu vegalengd.

Incluso los perros de trineo más resistentes sienten tensión después de tantos kilómetros.

Jafnvel hörðustu sleðahundarnir finna fyrir álagi eftir svona marga kílómetra.

Buck aguantó, mantuvo a su equipo trabajando y mantuvo la disciplina.

Buck hélt út, hélt liðinu sínu gangandi og viðhélt aga.

Pero Buck estaba cansado, al igual que los demás en el largo viaje.

En Buck var þreyttur, rétt eins og hinir á hinni löngu ferð.

Billee gemía y lloraba mientras dormía todas las noches sin falta.

Billee kveinaði og grét í svefni á hverju kvöldi án þess að bregðast.

Joe se volvió aún más amargado y Solleks se mantuvo frío y distante.

Joe varð enn bitrari og Solleks var kaldur og fjarlægur.

Pero fue Dave quien sufrió más de todo el equipo.

En það var Dave sem varð verst úti af öllu liðinu.

Algo había ido mal dentro de él, aunque nadie sabía qué.

Eitthvað hafði farið úrskeiðis innra með honum, þótt enginn vissi hvað.
Se volvió más malhumorado y les gritaba a los demás con creciente enojo.
Hann varð skapstyggari og reiðist á aðra.
Cada noche iba directo a su nido, esperando ser alimentado.
Á hverju kvöldi fór hann beint í hreiður sitt og beið eftir að fá að borða.
Una vez que cayó, Dave no se levantó hasta la mañana.
Þegar Dave var kominn niður vaknaði hann ekki aftur fyrr en að morgni.
En las riendas, tirones o arranques repentinos le hacían gritar de dolor.
Skyndilegir kippir eða rykk í taumunum ollu því að hann hrópaði af sársauka.
Su conductor buscó la causa, pero no encontró heridos.
Ökumaður hans leitaði að orsökum slyssins en fann engin meiðsli á honum.
Todos los conductores comenzaron a observar a Dave y discutieron su caso.
Allir bílstjórarnir fóru að fylgjast með Dave og ræða mál hans.
Hablaron durante las comidas y durante el último cigarrillo del día.
Þau spjölluðu saman við máltíðir og á síðustu reykingardeginum sínum dagsins.
Una noche tuvieron una reunión y llevaron a Dave al fuego.
Eitt kvöldið héldu þau fund og færðu Dave að eldinum.
Le apretaron y le palparon el cuerpo, y él gritaba a menudo.
Þau þrýstu á líkama hans og könnuðu hann, og hann grét oft.
Estaba claro que algo iba mal, aunque no parecía haber ningún hueso roto.
Greinilega var eitthvað að, þó að engin bein virtust brotin.
Cuando llegaron a Cassiar Bar, Dave se estaba cayendo.
Þegar þau komu að Cassiar-barnum var Dave farinn að detta.
El mestizo escocés pidió un alto y eliminó a Dave del equipo.
Skoski hálfkynslóðin stal velli og fjarlægði Dave úr liðinu.

Sujetó a Solleks en el lugar de Dave, más cerca del frente del trineo.
Hann festi Sollek-búnaðinn í stað Dave, næst framhluta sleðans.
Su intención era dejar que Dave descansara y corriera libremente detrás del trineo en movimiento.
Hann ætlaði að leyfa Dave að hvíla sig og hlaupa frjáls á eftir sleðanum sem var á ferðinni.
Pero incluso estando enfermo, Dave odiaba que lo sacaran del trabajo que había tenido.
En jafnvel þótt Dave væri veikur, hataði hann að vera tekinn úr starfinu sem hann hafði gegnt.
Gruñó y gimió cuando le quitaron las riendas del cuerpo.
Hann urraði og kveinaði þegar taumarnir voru dregnir af líkama hans.
Cuando vio a Solleks en su lugar, lloró con el corazón roto.
Þegar hann sá Solleks á sínum stað grét hann af sársauka.
El orgullo por el trabajo en los senderos estaba profundamente arraigado en Dave, incluso cuando se acercaba la muerte.
Stoltið yfir göngustígnum var djúpt í Dave, jafnvel þegar dauðinn nálgaðist.
Mientras el trineo se movía, Dave se tambaleaba sobre la nieve blanda cerca del sendero.
Þegar sleðinn hreyfðist flakkaði Dave í gegnum mjúkan snjó nálægt slóðinni.
Atacó a Solleks, mordiéndolo y empujándolo desde el costado del trineo.
Hann réðst á Solleks, beit hann og ýtti við honum frá hlið sleðans.
Dave intentó saltar al arnés y recuperar su lugar de trabajo.
Dave reyndi að stökkva í beislið og endurheimta vinnustað sinn.
Gritó, se quejó y lloró, dividido entre el dolor y el orgullo por el trabajo.
Hann æpti, kveinaði og grét, klofinn á milli sársauka og stolts yfir vinnunni.

El mestizo usó su látigo para intentar alejar a Dave del equipo.
Hálfkynslóðin notaði svipuna sína til að reyna að reka Dave frá liðinu.
Pero Dave ignoró el látigo y el hombre no pudo golpearlo más fuerte.
En Dave hunsaði svipuna og maðurinn gat ekki slegið hann fastar.
Dave rechazó el camino más fácil detrás del trineo, donde la nieve estaba acumulada.
Dave neitaði að fara auðveldari leiðina fyrir aftan sleðann, þar sem snjórinn var þjappaður.
En cambio, luchaba en la nieve profunda junto al sendero, en la miseria.
Í staðinn barðist hann í djúpum snjónum við slóðann, í eymd.
Finalmente, Dave se desplomó, quedó tendido en la nieve y aullando de dolor.
Að lokum hneig Dave niður, liggjandi í snjónum og ýlfraði af sársauka.
Gritó cuando el largo tren de trineos pasó a su lado uno por uno.
Hann hrópaði upp þegar langur sleðalesturinn fór fram hjá honum, einn af öðrum.
Aún con las fuerzas que le quedaban, se levantó y tropezó tras ellos.
Samt sem áður, með þeim kröftum sem eftir voru, reis hann upp og staulaðist á eftir þeim.
Lo alcanzó cuando el tren se detuvo nuevamente y encontró su viejo trineo.
Hann náði honum þegar lestin stoppaði aftur og fann gamla sleðann sinn.
Pasó junto a los otros equipos y se quedó de nuevo al lado de Solleks.
Hann þutaði fram hjá hinum liðunum og stóð aftur við hliðina á Solleks.
Cuando el conductor se detuvo para encender su pipa, Dave aprovechó su última oportunidad.

Þegar bílstjórinn stoppaði til að kveikja sér í pípunni greip Dave síðasta tækifærið.
Cuando el conductor regresó y gritó, el equipo no avanzó.
Þegar bílstjórinn kom aftur og hrópaði, komst liðið ekki áfram.
Los perros habían girado la cabeza, confundidos por la parada repentina.
Hundarnir höfðu snúið höfðum sínum, ruglaðir yfir skyndilegu stöðvuninni.
El conductor también estaba sorprendido: el trineo no se había movido ni un centímetro hacia adelante.
Bílstjórinn varð líka steinhissa — sleðinn hafði ekki færst tommu áfram.
Llamó a los demás para que vinieran a ver qué había sucedido.
Hann kallaði á hina að koma og sjá hvað hefði gerst.
Dave había mordido las riendas de Solleks, rompiéndolas ambas.
Dave hafði nagað í gegnum taumana á Solleks og brotið þá báða í sundur.
Ahora estaba de pie frente al trineo, nuevamente en su posición correcta.
Nú stóð hann fyrir framan sleðann, aftur á réttum stað.
Dave miró al conductor y le rogó en silencio que se mantuviera en el carril.
Dave leit upp til bílstjórans og bað hljóðlega um að halda sig innan slóðanna.
El conductor estaba desconcertado, sin saber qué hacer con el perro que luchaba.
Bílstjórinn var ráðvilltur og vissi ekki hvað hann ætti að gera við hundinn sem átti í erfiðleikum.
Los otros hombres hablaron de perros que habían muerto al ser sacados a la calle.
Hinir mennirnir töluðu um hunda sem höfðu dáið eftir að hafa verið teknir út.
Contaron sobre perros viejos o heridos cuyo corazón se rompió al ser abandonados.

Þau sögðu frá gömlum eða særðum hundum sem hjörtu þeirra brotnuðu þegar þeir voru skildir eftir.

Estuvieron de acuerdo en que era una misericordia dejar que Dave muriera mientras aún estaba en su arnés.

Þau voru sammála um að það væri miskunn að láta Dave deyja meðan hann var enn í beislinu sínu.

Lo volvieron a sujetar al trineo y Dave tiró con orgullo.

Hann var festur aftur á sleðann og Dave dró af stolti.

Aunque a veces gritaba, trabajaba como si el dolor pudiera ignorarse.

Þótt hann hrópaði stundum, þá vann hann eins og hægt væri að hunsa sársauka.

Más de una vez se cayó y fue arrastrado antes de levantarse de nuevo.

Oftar en einu sinni féll hann og var dreginn til baka áður en hann reis upp aftur.

Un día, el trineo pasó por encima de él y desde ese momento empezó a cojear.

Einu sinni velti sleðinn yfir hann og hann haltraði frá þeirri stundu.

Aún así, trabajó hasta llegar al campamento y luego se acostó junto al fuego.

Samt vann hann þar til komið var að tjaldbúðunum og lagðist síðan við eldinn.

Por la mañana, Dave estaba demasiado débil para viajar o incluso mantenerse en pie.

Um morguninn var Dave of máttlaus til að ferðast eða jafnvel standa uppréttur.

En el momento de preparar el arnés, intentó alcanzar a su conductor con un esfuerzo tembloroso.

Þegar kom að því að festa bílinn reyndi hann með skjálfandi fyrirhöfn að ná til ökumannsins.

Se obligó a levantarse, se tambaleó y se desplomó sobre el suelo nevado.

Hann þvingaði sig upp, staulaðist og hrundi niður á snæviþakin jörðina.

Utilizando sus patas delanteras, arrastró su cuerpo hacia el área del arnés.
Með framfótunum dró hann líkama sinn að beislissvæðinu.
Avanzó poco a poco, centímetro a centímetro, hacia los perros de trabajo.
Hann teygði sig áfram, tommu fyrir tommu, í átt að vinnuhundunum.
Sus fuerzas se acabaron, pero siguió avanzando en su último y desesperado esfuerzo.
Kraftarnir þutu út, en hann hélt áfram í sinni síðustu örvæntingarfullu tilraun.
Sus compañeros de equipo lo vieron jadeando en la nieve, todavía deseando unirse a ellos.
Liðsfélagar hans sáu hann gæsa í snjónum, enn þráandi að slást í för með þeim.
Lo oyeron aullar de dolor mientras dejaban atrás el campamento.
Þau heyrðu hann ýlfra af sorg er þau yfirgáfu búðirnar.
Cuando el equipo desapareció entre los árboles, el grito de Dave resonó detrás de ellos.
Þegar hópurinn hvarf inn í trén ómaði óp Dave fyrir aftan þá.
El tren de trineos se detuvo brevemente después de cruzar un tramo de bosque junto al río.
Sleðalestin stoppaði stutta stund eftir að hafa farið yfir árbakka.
El mestizo escocés caminó lentamente de regreso hacia el campamento que estaba detrás.
Skoski hálfkynshundurinn gekk hægt aftur í átt að tjaldbúðunum fyrir aftan.
Los hombres dejaron de hablar cuando lo vieron salir del tren de trineos.
Mennirnir hættu að tala þegar þeir sáu hann fara úr sleðalestinni.
Entonces un único disparo se oyó claro y nítido en el camino.
Þá heyrðist eitt skot, skýrt og hvasst, þvert yfir slóðann.
El hombre regresó rápidamente y ocupó su lugar sin decir palabra.

Maðurinn sneri fljótt aftur og settist upp án þess að segja orð.
Los látigos crujieron, las campanas tintinearon y los trineos rodaron por la nieve.
Svipur buldu, bjöllur klingdu og sleðarnir rúlluðu áfram í gegnum snjóinn.
Pero Buck sabía lo que había sucedido... y todos los demás perros también.
En Buck vissi hvað hafði gerst — og það gerðu allir aðrir hundar líka.

El trabajo de las riendas y el sendero
Striði taumanna og slóðarinnar

Treinta días después de salir de Dawson, el Salt Water Mail llegó a Skaguay.
Þrjátíu dögum eftir að Salt Water Mail fór frá Dawson kom það til Skaguay.
Buck y sus compañeros tomaron la delantera, llegando en lamentables condiciones.
Buck og liðsfélagar hans komust yfir og mættu í ömurlegu ástandi.
Buck había bajado de ciento cuarenta a ciento quince libras.
Buck hafði grennst úr hundrað fjörutíu pundum í hundrað og fimmtán pund.
Los otros perros, aunque más pequeños, habían perdido aún más peso corporal.
Hinir hundarnir, þótt þeir væru minni, höfðu misst enn meiri líkamsþyngd.
Pike, que antes fingía cojear, ahora arrastraba tras él una pierna realmente herida.
Pike, sem áður var falskur haltrari, dró nú alvarlega meiddan fót á eftir sér.
Solleks cojeaba mucho y Dub tenía un omóplato torcido.
Solleks haltraði illa og Dub var með slitið herðablað.
Todos los perros del equipo tenían las patas doloridas por las semanas que pasaron en el sendero helado.
Allir hundarnir í liðinu voru með fæturna sára eftir að hafa verið á frosnum slóðum í margar vikur.
Ya no tenían resorte en sus pasos, sólo un movimiento lento y arrastrado.
Þau höfðu engan fjörleik eftir í skrefum sínum, aðeins hægfara, dragandi hreyfingu.
Sus pies golpeaban el sendero con fuerza y cada paso añadía más tensión a sus cuerpos.
Fæturnir þeirra lentu fast á slóðinni og hvert skref jók álagið á líkamann.

No estaban enfermos, sólo agotados más allá de toda recuperación natural.
Þau voru ekki veik, bara úrvinda úr öllum eðlilegum bata.
No era el cansancio de un día duro que se curaba con una noche de descanso.
Þetta var ekki þreyta eftir einn erfiðan dag, læknuð með næturhvíld.
Fue un agotamiento acumulado lentamente a lo largo de meses de esfuerzo agotador.
Þetta var þreyta sem safnaðist hægt og rólega upp eftir margra mánaða erfiði.
No quedaban reservas de fuerza: habían agotado todas las que tenían.
Enginn varaafl eftir — þeir höfðu notað upp allt sem þeir áttu.
Cada músculo, fibra y célula de sus cuerpos estaba gastado y desgastado.
Hver einasta vöðvi, þráður og fruma í líkama þeirra var tæmd og slitin.
Y había una razón: habían recorrido dos mil quinientas millas.
Og það var ástæða — þau höfðu farið tuttugu og fimm hundruð mílur.
Habían descansado sólo cinco días durante las últimas mil ochocientas millas.
Þau höfðu aðeins hvílst í fimm daga á síðustu átján hundruð mílunum.
Cuando llegaron a Skaguay, parecían apenas capaces de mantenerse en pie.
Þegar þau komu til Skaguay virtust þau varla geta staðið upprétt.
Se esforzaron por mantener las riendas tensas y permanecer delante del trineo.
Þau áttu í erfiðleikum með að halda taumunum þéttum og vera á undan sleðanum.
En las bajadas sólo lograron evitar ser atropellados.
Í brekkunum tókst þeim aðeins að forðast að vera keyrt yfir.

"Sigan adelante, pobres pies doloridos", dijo el conductor mientras cojeaban.

„Áfram með þig, aumingjar, fæturnir," sagði bílstjórinn og þeir haltruðu áfram.

"Este es el último tramo, luego todos tendremos un largo descanso, seguro".

„Þetta er síðasta teygjan, svo fáum við öll eina langa hvíld, það er víst."

"Un descanso verdaderamente largo", prometió mientras los observaba tambalearse hacia adelante.

„Ein alvöru löng hvíld," lofaði hann og horfði á þau staula áfram.

Los conductores esperaban que ahora tuvieran un descanso largo y necesario.

Bílstjórarnir bjuggust við að þeir fengju nú langt og nauðsynlegt hlé.

Habían recorrido mil doscientas millas con sólo dos días de descanso.

Þau höfðu ferðast tólf hundruð mílur með aðeins tveggja daga hvíld.

Por justicia y razón, sintieron que se habían ganado tiempo para relajarse.

Með réttlæti og skynsemi töldu þau sig hafa áunnið sér tíma til að slaka á.

Pero eran demasiados los que habían llegado al Klondike y muy pocos los que se habían quedado en casa.

En of margir höfðu komið til Klondike og of fáir höfðu verið heima.

Las cartas de las familias llegaron en masa, creando montañas de correo retrasado.

Bréf frá fjölskyldum streymdu inn og sköpuðu hrúgur af seinkuðum pósti.

Llegaron órdenes oficiales: nuevos perros de la Bahía de Hudson tomarían el control.

Opinberar skipanir bárust — nýir hundar frá Hudsonflóa áttu að taka við.

Los perros exhaustos, ahora llamados inútiles, debían ser eliminados.
Úrvinda hundana, sem nú voru kallaðir einskis virði, átti að farga.
Como el dinero importaba más que los perros, los iban a vender a bajo precio.
Þar sem peningar skiptu meira máli en hundar, áttu þeir að vera seldir ódýrt.
Pasaron tres días más antes de que los perros sintieran lo débiles que estaban.
Þrír dagar liðu áður en hundarnir fundu hversu veikir þeir voru.
En la cuarta mañana, dos hombres de Estados Unidos compraron todo el equipo.
Á fjórða morguninn keyptu tveir menn frá Bandaríkjunum allt liðið.
La venta incluía todos los perros, además de sus arneses usados.
Salan innihélt alla hundana, auk slitinna beisla þeirra.
Los hombres se llamaban entre sí "Hal" y "Charles" mientras completaban el trato.
Mennirnir kölluðu hvor annan „Hal" og „Charles" þegar þeir kláruðu samninginn.
Charles era un hombre de mediana edad, pálido, con labios flácidos y puntas de bigote feroces.
Karl var á miðjum aldri, fölur, með linar varir og grimmilegan yfirvaraskegg.
Hal era un hombre joven, de unos diecinueve años, que llevaba un cinturón lleno de cartuchos.
Hal var ungur maður, kannski nítján ára, með belti fyllt með skothylkjum.
El cinturón contenía un gran revólver y un cuchillo de caza, ambos sin usar.
Í beltinu var stór skammbyssa og veiðihnífur, bæði ónotuð.
Esto demostró lo inexperto e inadecuado que era para la vida en el norte.

Það sýndi hversu óreyndur og óhæfur hann var til lífsins á norðurslóðum.

Ninguno de los dos pertenecía a la naturaleza; su presencia desafiaba toda razón.

Hvorugur maðurinn átti heima í óbyggðunum; nærvera þeirra ögraði allri skynsemi.

Buck observó cómo el dinero intercambiaba manos entre el comprador y el agente.

Buck horfði á peningana skiptast á milli kaupanda og fasteignasala.

Sabía que los conductores de trenes correos abandonaban su vida como el resto.

Hann vissi að póstleststjórarnir væru að yfirgefa líf hans eins og hin.

Siguieron a Perrault y a François, ahora desaparecidos sin posibilidad de recuperación.

Þeir fylgdu Perrault og François, sem nú voru orðnir ómananlegir.

Buck y el equipo fueron conducidos al descuidado campamento de sus nuevos dueños.

Buck og teymið voru leiddir í kærulausa búðir nýju eigenda sinna.

La tienda se hundía, los platos estaban sucios y todo estaba desordenado.

Tjaldið síg, diskarnir voru óhreinir og allt var í óreiðu.

Buck también notó que había una mujer allí: Mercedes, la esposa de Charles y hermana de Hal.

Buck tók líka eftir konu þar — Mercedes, konu Charles og systur Hals.

Formaban una familia completa, aunque no eran aptos para el recorrido.

Þau urðu heil fjölskylda, þótt þau væru langt frá því að vera til þess fallin að vera á gönguleiðinni.

Buck observó nervioso cómo el trío comenzó a empacar los suministros.

Buck horfði taugaóstyrkur á meðan þríeykið byrjaði að pakka vistunum.

Trabajaron duro, pero sin orden: sólo alboroto y esfuerzos desperdiciados.
Þau unnu hörðum höndum en án reglu — bara vesen og sóun á fyrirhöfn.

La tienda estaba enrollada hasta formar un volumen demasiado grande para el trineo.
Tjaldið var rúllað saman í fyrirferðarmikið form, alltof stórt fyrir sleðann.

Los platos sucios se empaquetaron sin limpiarlos ni secarlos.
Óhreinum diskum var pakkað án þess að hafa verið þvegið eða þurrkað yfir höfuð.

Mercedes revoloteaba por todos lados, hablando, corrigiendo y entrometiéndose constantemente.
Mercedes flaksaði um, stöðugt að tala, leiðrétta og skipta sér af.

Cuando le ponían un saco en el frente, ella insistía en que lo pusieran en la parte de atrás.
Þegar poki var settur að framan, krafðist hún þess að hann væri aftan á.

Metió la bolsa en el fondo y al siguiente momento la necesitó.
Hún pakkaði pokanum í botninn og á næstu augnabliki þurfti hún á honum að halda.

De esta manera, el trineo fue desempaquetado nuevamente para alcanzar la bolsa específica.
Svo var sleðinn tekinn upp aftur til að ná í eina tiltekna töskuna.

Cerca de allí, tres hombres estaban parados afuera de una tienda de campaña, observando cómo se desarrollaba la escena.
Þar skammt frá stóðu þrír menn fyrir utan tjald og horfðu á atburðarásina gerast.

Sonrieron, guiñaron el ojo y sonrieron ante la evidente confusión de los recién llegados.
Þau brostu, kinkuðu kolli og glottu að augljósri ruglingi nýkominganna.

"Ya tienes una carga bastante pesada", dijo uno de los hombres.

„Þú ert nú þegar með ansi þunga byrði," sagði einn mannanna.

"No creo que debas llevar esa tienda de campaña, pero es tu elección".

„Ég held ekki að þú ættir að bera þetta tjald, en það er þitt val."

"¡Inimaginable!", exclamó Mercedes levantando las manos con desesperación.

„Ódreymt um!" hrópaði Mercedes og lyfti höndunum í örvæntingu.

"¿Cómo podría viajar sin una tienda de campaña donde refugiarme?"

„Hvernig gæti ég mögulega ferðast án þess að hafa tjald til að gista undir?"

"Es primavera, ya no volverás a ver el frío", respondió el hombre.

„Það er vor — þú munt ekki sjá kalt veður aftur," svaraði maðurinn.

Pero ella meneó la cabeza y ellos siguieron apilando objetos en el trineo.

En hún hristi höfuðið og þau héldu áfram að hrúga hlutum á sleðann.

La carga se elevó peligrosamente a medida que añadían los últimos elementos.

Byrðin reis hættulega hátt þegar þeir bættu við síðustu hlutunum.

"¿Crees que el trineo se deslizará?" preguntó uno de los hombres con mirada escéptica.

„Heldurðu að sleðinn muni ganga?" spurði einn mannanna með efasemdaraugum.

"¿Por qué no debería?", replicó Charles con gran fastidio.

„Hvers vegna ekki?" svaraði Charles snöggt með mikilli pirringi.

—Está bien —dijo rápidamente el hombre, alejándose un poco de la ofensa.

„Ó, þetta er allt í lagi," sagði maðurinn fljótt og bakkaði undan móðguninni.
"Solo me preguntaba, me pareció que tenía la parte superior demasiado pesada".
„Ég var bara að velta þessu fyrir mér — mér fannst þetta bara aðeins of þungt efst."
Charles se dio la vuelta y ató la carga lo mejor que pudo.
Karl sneri sér undan og batt byrðina eins vel og hann gat.
Pero las ataduras estaban sueltas y el embalaje en general estaba mal hecho.
En festingarnar voru lausar og pökkunin illa gerð í heildina.
"Claro, los perros tirarán de eso todo el día", dijo otro hombre con sarcasmo.
„Jú, hundarnir munu draga þetta allan daginn," sagði annar maður kaldhæðnislega.
—Por supuesto —respondió Hal con frialdad, agarrando el largo palo del trineo.
„Auðvitað," svaraði Hal kalt og greip í langa gæsastöng sleðans.
Con una mano en el poste, blandía el látigo con la otra.
Með aðra höndina á stönginni sveiflaði hann svipunni í hinni.
"¡Vamos!", gritó. "¡Muévanse!", instando a los perros a empezar.
„Förum!" hrópaði hann. „Færið ykkur!" og hvatti hundana til að ræsa.
Los perros se inclinaron hacia el arnés y se tensaron durante unos instantes.
Hundarnir hölluðu sér í beislið og þvinguðust í nokkrar stundir.
Entonces se detuvieron, incapaces de mover ni un centímetro el trineo sobrecargado.
Þá námu þeir staðar, ófær um að hreyfa ofhlaðna sleðann þumlung.
—¡Esos brutos perezosos! —gritó Hal, levantando el látigo para golpearlos.
„Lötu skepnurnar!" öskraði Hal og lyfti svipunni til að slá þau.

Pero Mercedes entró corriendo y le arrebató el látigo de las manos a Hal.

En Mercedes þaut inn og greip svipuna úr höndum Hals.

—Oh, Hal, no te atrevas a hacerles daño —gritó alarmada.

„Ó, Hal, þorðu ekki að meiða þá," hrópaði hún óttaslegin.

"Prométeme que serás amable con ellos o no daré un paso más".

„Lofaðu mér að vera góður við þá, annars fer ég ekki skref lengra."

—No sabes nada de perros —le espetó Hal a su hermana.

„Þú veist ekkert um hunda," sagði Hal snöggt við systur sína.

"Son perezosos y la única forma de moverlos es azotándolos".

„Þeir eru latir og eina leiðin til að hreyfa þá er að svipa þá."

"Pregúntale a cualquiera, pregúntale a uno de esos hombres de allí si dudas de mí".

„Spyrðu hvern sem er — spurðu einhvern af þessum mönnum þarna ef þú efast um mig."

Mercedes miró a los espectadores con ojos suplicantes y llorosos.

Mercedes horfði á áhorfendurna með biðjandi, tárvotum augum.

Su rostro mostraba lo profundamente que odiaba ver cualquier dolor.

Svipbrigði hennar sýndu hversu djúpt henni líkaði sjónina af sársauka.

"Están débiles, eso es todo", dijo un hombre. "Están agotados".

„Þau eru veik, það er allt og sumt," sagði einn maður. „Þau eru úrvinda."

"Necesitan descansar, han trabajado demasiado tiempo sin descansar".

„Þau þurfa hvíld — þau hafa verið að vinna of lengi án hlés."

—Maldito sea el resto —murmuró Hal con el labio curvado.

„Bölvaður sé hvíldin," muldraði Hal með krumpuðum vörum.

Mercedes jadeó, visiblemente dolida por la grosera palabra que pronunció.

Mercedes dró andann djúpt, greinilega sár yfir dónalegu orðunum frá honum.

Aún así, ella se mantuvo leal y defendió instantáneamente a su hermano.

Samt sem áður var hún trú og varði bróður sinn samstundis.

—No le hagas caso a ese hombre —le dijo a Hal—. Son nuestros perros.

„Hafðu ekki áhyggjur af þessum manni," sagði hún við Hal. „Þetta eru hundarnir okkar."

"Los conduces como mejor te parezca, haz lo que creas correcto".

„Þú keyrir þá eins og þér sýnist — gerðu það sem þér finnst rétt."

Hal levantó el látigo y volvió a golpear a los perros sin piedad.

Hal lyfti svipunni og sló hundana aftur miskunnarlaust.

Se lanzaron hacia adelante, con el cuerpo agachado y los pies hundidos en la nieve.

Þau stukku fram, líkaminn lágt, fæturnir ýttir sér ofan í snjóinn.

Ponían toda su fuerza en tirar, pero el trineo no se movía.

Öllum kröftum þeirra fór í togið, en sleðinn hreyfðist ekki.

El trineo quedó atascado, como un ancla congelada en la nieve compacta.

Sleðinn sat fastur, eins og akkeri sem hafði frosið í þjöppuðum snjónum.

Tras un segundo esfuerzo, los perros se detuvieron de nuevo, jadeando con fuerza.

Eftir aðra tilraun námu hundarnir aftur staðar, andstuttir.

Hal levantó el látigo una vez más, justo cuando Mercedes interfirió nuevamente.

Hal lyfti svipunni enn á ný, rétt þegar Mercedes greip aftur inn í.

Ella cayó de rodillas frente a Buck y abrazó su cuello.

Hún féll á kné fyrir framan Buck og faðmaði um háls hans.

Las lágrimas llenaron sus ojos mientras le suplicaba al perro exhausto.

Tár fylltu augu hennar er hún sárbað þreytta hundinn.
"Pobres queridos", dijo, "¿por qué no tiran más fuerte?"
„Þið vesalings elskurnar," sagði hún, „af hverju togið þið ekki bara fastar?"
"Si tiras, no te azotarán así".
„Ef þú togar, þá færðu ekki að vera pískaður svona."
A Buck no le gustaba Mercedes, pero estaba demasiado cansado para resistirse a ella ahora.
Buck hafði ekki gaman af Mercedes, en hann var of þreyttur til að veita henni mótspyrnu núna.
Él aceptó sus lágrimas como una parte más de ese día miserable.
Hann tók tár hennar sem bara einn hluta af hinum ömurlega degi.
Uno de los hombres que observaban finalmente habló después de contener su ira.
Einn af mönnunum sem voru að horfa á tók loksins til máls eftir að hafa haldið aftur af reiði sinni.
"No me importa lo que les pase a ustedes, pero esos perros importan".
„Mér er alveg sama hvað verður um ykkur, en þessir hundar skipta máli."
"Si quieres ayudar, suelta ese trineo: está congelado hasta la nieve".
„Ef þú vilt hjálpa, þá skaltu brjóta sleðann lausan — hann er frosinn fastur í snjónum."
"Presiona con fuerza el polo G, derecha e izquierda, y rompe el sello de hielo".
„Ýttu fast á jökulstöngina, hægri og vinstri, og brjóttu ísinnsiglið."
Se hizo un tercer intento, esta vez siguiendo la sugerencia del hombre.
Þriðja tilraun var gerð, að þessu sinni eftir tillögu mannsins.
Hal balanceó el trineo de un lado a otro, soltando los patines.
Hal vaggaði sleðanum til og frá og losaði meðfærin.

El trineo, aunque sobrecargado y torpe, finalmente avanzó con dificultad.

Sleðinn, þótt ofhlaðinn og klaufalegur væri, kipptist loksins áfram.

Buck y los demás tiraron salvajemente, impulsados por una tormenta de latigazos.

Buck og hinir drógu óðfluga úr stað, knúnir áfram af fellibyl af svipuhöggum.

Cien metros más adelante, el sendero se curvaba y descendía hacia la calle.

Hundrað metrum fyrir framan beygði slóðinn og hallaði niður á götuna.

Se hubiera necesitado un conductor habilidoso para mantener el trineo en posición vertical.

Það hefði þurft reyndan ökumann til að halda sleðanum uppréttum.

Hal no era hábil y el trineo se volcó al girar en la curva.

Hal var ekki fær í ferðinni og sleðinn hallaði sér þegar hann sveiflaðist í beygjunni.

Las ataduras sueltas cedieron y la mitad de la carga se derramó sobre la nieve.

Lausar festingar gáfu sig og helmingur farmsins rann út á snjóinn.

Los perros no se detuvieron; el trineo, más ligero, siguió volando de lado.

Hundarnir námu ekki staðar; léttari sleðinn flaug áfram á hliðinni.

Enojados por el abuso y la pesada carga, los perros corrieron más rápido.

Hundarnir voru reiðir af misþyrmingunum og þungu byrðinni og hlupu hraðar.

Buck, furioso, echó a correr, con el equipo siguiéndolo detrás.

Buck, í reiði, byrjaði að hlaupa, og liðið fylgdi á eftir.

Hal gritó "¡Guau! ¡Guau!", pero el equipo no le hizo caso.

Hal hrópaði „Vó! Vó!" en liðið gaf honum engan gaum.

Tropezó, cayó y fue arrastrado por el suelo por el arnés.

Hann hrasaði, féll og var dreginn eftir jörðinni í beislinu.
El trineo volcado saltó sobre él mientras los perros corrían delante.
Sleðinn sem hafði fallið skall á hann á meðan hundarnir þutu á undan.
El resto de los suministros se dispersaron por la concurrida calle de Skaguay.
Restin af birgðunum dreifðist um annasama götu Skaguay.
La gente bondadosa se apresuró a detener a los perros y recoger el equipo.
Góðhjartað fólk flýtti sér að stöðva hundana og safna saman búnaðinum.
También dieron consejos, contundentes y prácticos, a los nuevos viajeros.
Þau gáfu einnig nýju ferðalöngum ráð, beinskeytt og hagnýt.
"Si quieres llegar a Dawson, lleva la mitad de la carga y el doble de perros".
„Ef þú vilt ná til Dawson, taktu þá helminginn af farminum og tvöfaldaðu hundana."
Hal, Charles y Mercedes escucharon, aunque no con entusiasmo.
Hal, Charles og Mercedes hlustuðu, þó ekki með miklum áhuga.
Instalaron su tienda de campaña y comenzaron a clasificar sus suministros.
Þau settu upp tjaldið sitt og fóru að flokka vistir sínar.
Salieron alimentos enlatados, lo que hizo reír a carcajadas a los espectadores.
Út komu niðursoðnar vörur sem fengu áhorfendur til að hlæja upphátt.
"¿Enlatado en el camino? Te morirás de hambre antes de que se derrita", dijo uno.
„Niðursoðið dót á slóðinni? Þú munt svelta áður en það bráðnar," sagði einn.
¿Mantas de hotel? Mejor tíralas todas.
„Hótelteppi? Það er betra að henda þeim öllum."

"Si también deshazte de la tienda de campaña, aquí nadie lava los platos".

„Hendið líka tjaldinu, og enginn þvær upp hér."

¿Crees que estás viajando en un tren Pullman con sirvientes a bordo?

„Heldurðu að þú sért að ferðast með Pullman-lest með þjónustufólki um borð?"

El proceso comenzó: todos los objetos inútiles fueron arrojados a un lado.

Ferlið hófst — öllum ónothæfum hlutum var hent til hliðar.

Mercedes lloró cuando sus maletas fueron vaciadas en el suelo nevado.

Mercedes grét þegar töskunum hennar var tæmt á snæviþakin jörð.

Ella sollozaba por cada objeto que tiraba, uno por uno, sin pausa.

Hún grét yfir hverjum einasta hlut sem hent var út, einum af öðrum, án þess að stoppa.

Ella juró no dar un paso más, ni siquiera por diez Charleses.

Hún sór þess eið að ganga ekki eitt skref lengra – ekki einu sinni fyrir tíu Karla.

Ella le rogó a cada persona cercana que le permitiera conservar sus cosas preciosas.

Hún bað alla í nágrenninu um að leyfa sér að geyma dýrmætu hlutina sína.

Por último, se secó los ojos y comenzó a arrojar incluso la ropa más importante.

Loksins þurrkaði hún sér um augun og fór að henda jafnvel nauðsynlegum fötum.

Cuando terminó con los suyos, comenzó a vaciar los suministros de los hombres.

Þegar hún var búin með sína eigin birgðir fór hún að tæma birgðir mannanna.

Como un torbellino, destrozó las pertenencias de Charles y Hal.

Eins og hvirfilvindur reif hún í gegnum eigur Charles og Hals.

Aunque la carga se redujo a la mitad, todavía era mucho más pesada de lo necesario.

Þótt álagið hefði minnkað um helming var það samt miklu þyngra en þörf var á.

Esa noche, Charles y Hal salieron y compraron seis perros nuevos.

Um kvöldið fóru Charles og Hal út og keyptu sex nýja hunda.

Estos nuevos perros se unieron a los seis originales, además de Teek y Koona.

Þessir nýju hundar bættust við upprunalegu sex, auk Teek og Koona.

Juntos formaron un equipo de catorce perros enganchados al trineo.

Saman mynduðu þeir fjórtán hunda sem voru tengdir við sleðann.

Pero los nuevos perros no eran aptos y estaban mal entrenados para el trabajo con trineos.

En nýju hundarnir voru óhæfir og illa þjálfaðir til sleðavinnu.

Tres de los perros eran pointers de pelo corto y uno era un Terranova.

Þrír hundanna voru stutthærðir pointerhundar og einn var af nýfundnalandsætt.

Los dos últimos perros eran mestizos, sin ninguna raza ni propósito claros.

Síðustu tveir hundarnir voru múslímar án skýrs kyns eða tilgangs.

No entendieron el camino y no lo aprendieron rápidamente.

Þau skildu ekki slóðina og lærðu hana ekki fljótt.

Buck y sus compañeros los miraron con desprecio y profunda irritación.

Buck og félagar hans horfðu á þá með fyrirlitningu og djúpri pirringi.

Aunque Buck les enseñó lo que no debían hacer, no podía enseñarles cuál era el deber.

Þótt Buck kenndi þeim hvað ekki ætti að gera, gat hann ekki kennt þeim skyldu.

No se adaptaron bien a la vida en senderos ni al tirón de las riendas y los trineos.
Þeim líkaði ekki vel við lífið á slóðum eða taumhald og sleða.
Sólo los mestizos intentaron adaptarse, e incluso a ellos les faltó espíritu de lucha.
Aðeins blendingarnir reyndu að aðlagast og jafnvel þeir skorti baráttuanda.
Los demás perros estaban confundidos, debilitados y destrozados por su nueva vida.
Hinir hundarnir voru ruglaðir, veikir og niðurbrotnir í nýja lífi sínu.
Con los nuevos perros desorientados y los viejos exhaustos, la esperanza era escasa.
Þar sem nýju hundarnir voru ráðalausir og þeir gömlu úrvinda var vonin lítil.
El equipo de Buck había recorrido dos mil quinientas millas de senderos difíciles.
Lið Bucks hafði lagt að baki tuttugu og fimm hundruð kílómetra af erfiðri slóð.
Aún así, los dos hombres estaban alegres y orgullosos de su gran equipo de perros.
Samt sem áður voru mennirnir tveir kátir og stoltir af stóra hundaliðinu sínu.
Creían que viajaban con estilo, con catorce perros enganchados.
Þau héldu að þau væru að ferðast með stæl, með fjórtán hunda í vagninum.
Habían visto trineos partir hacia Dawson y otros llegar desde allí.
Þau höfðu séð sleða leggja af stað til Dawson og aðra koma þaðan.
Pero nunca habían visto uno tirado por tantos catorce perros.
En aldrei höfðu þau séð einn dreginn af jafn mörgum og fjórtán hundum.
Había una razón por la que equipos como ese eran raros en el desierto del Ártico.

Það var ástæða fyrir því að slík lið voru sjaldgæf í óbyggðum norðurslóða.
Ningún trineo podría transportar suficiente comida para alimentar a catorce perros durante el viaje.
Enginn sleði gat borið nægan mat til að fæða fjórtán hunda í ferðinni.
Pero Charles y Hal no lo sabían: habían hecho los cálculos.
En Charles og Hal vissu það ekki — þeir höfðu reiknað það út.
Planificaron la comida: tanta cantidad por perro, tantos días, y listo.
Þau skrifuðu niður matinn með blýanti: svo mikið á hvern hund, svo marga daga, tilbúið.
Mercedes miró sus figuras y asintió como si tuviera sentido.
Mercedes leit á tölurnar þeirra og kinkaði kolli eins og það væri rökrétt.
Todo le parecía muy sencillo, al menos en el papel.
Þetta virtist allt mjög einfalt fyrir henni, að minnsta kosti á pappírnum.

A la mañana siguiente, Buck guió al equipo lentamente por la calle nevada.
Næsta morgun leiddi Buck hópinn hægt upp snæviþakta götuna.
No había energía ni espíritu en él ni en los perros detrás de él.
Það var hvorki orka né lífskraftur í honum né hundunum á eftir honum.
Estaban muertos de cansancio desde el principio: no les quedaban reservas.
Þau voru dauðþreytt frá upphafi — það var enginn varasjóður eftir.
Buck ya había hecho cuatro viajes entre Salt Water y Dawson.
Buck hafði þegar farið fjórar ferðir milli Salt Water og Dawson.
Ahora, enfrentado nuevamente el mismo desafío, no sentía nada más que amargura.

Nú, þegar hann stóð aftur frammi fyrir sömu slóð, fann hann ekkert nema beiskju.
Su corazón no estaba en ello, ni tampoco el corazón de los otros perros.
Hjarta hans var ekki með í því, né heldur hjörtu hinna hundanna.
Los nuevos perros eran tímidos y los huskies carecían de confianza.
Nýju hundarnir voru feimnir og husky-hundarnir skorti allt traust.
Buck sintió que no podía confiar en estos dos hombres ni en su hermana.
Buck fann að hann gat ekki treyst á þessa tvo menn eða systur þeirra.
No sabían nada y no mostraron señales de aprender en el camino.
Þau vissu ekkert og sýndu engin merki um að læra á leiðinni.
Estaban desorganizados y carecían de cualquier sentido de disciplina.
Þau voru óskipulagð og skorti alla aga.
Les tomó media noche montar un campamento descuidado cada vez.
Það tók þá hálfa nóttina að koma sér upp sloppnu tjaldbúðum í hvert skipti.
Y la mitad de la mañana siguiente la pasaron otra vez jugueteando con el trineo.
Og hálfan næsta morgun eyddu þeir aftur í að fikta við sleðann.
Al mediodía, a menudo se detenían simplemente para arreglar la carga desigual.
Um hádegi stoppuðu þeir oft bara til að laga ójafnan farm.
Algunos días, viajaron menos de diez millas en total.
Suma daga ferðuðust þau innan við tíu kílómetra samtals.
Otros días ni siquiera conseguían salir del campamento.
Aðra daga tókst þeim alls ekki að yfirgefa búðirnar.
Nunca llegaron a cubrir la distancia alimentaria planificada.

Þau komust aldrei nálægt því að fara yfir áætlaða matarfjarlægð.
Como era de esperar, muy rápidamente se quedaron sin comida para los perros.
Eins og búist var við, þá kláruðust hundarnir fljótt í matarskort.
Empeoró las cosas sobrealimentándolos en los primeros días.
Þeir gerðu illt verra með því að offóðra í fyrstu.
Esto acercaba la hambruna con cada ración descuidada.
Þetta færði hungursneyð nær með hverri kærulausri skömmtun.
Los nuevos perros no habían aprendido a sobrevivir con muy poco.
Nýju hundarnir höfðu ekki lært að lifa af á mjög litlu.
Comieron con hambre, con apetitos demasiado grandes para el camino.
Þau borðuðu svangir, með of mikla matarlyst fyrir slóðina.
Al ver que los perros se debilitaban, Hal creyó que la comida no era suficiente.
Þegar Hal sá hundana veikjast taldi hann að maturinn væri ekki nóg.
Duplicó las raciones, empeorando aún más el error.
Hann tvöfaldaði skammtana og gerði mistökin enn verri.
Mercedes añadió más problemas con lágrimas y suaves súplicas.
Mercedes bætti við vandamálið með tárum og mjúkri bæn.
Cuando no pudo convencer a Hal, alimentó a los perros en secreto.
Þegar henni tókst ekki að sannfæra Hal, gaf hún hundunum að éta í leyni.
Ella robó de los sacos de pescado y se lo dio a sus espaldas.
Hún stal úr fiskisekkjunum og gaf þeim það á bak við bakið á honum.
Pero lo que los perros realmente necesitaban no era más comida: era descanso.

En það sem hundarnir þurftu í raun og veru ekki meiri mat – heldur hvíld.

Iban a poca velocidad, pero el pesado trineo aún seguía avanzando.

Þau voru að ná lélegum tíma, en þungi sleðinn dróst samt áfram.

Ese peso solo les quitaba las fuerzas que les quedaban cada día.

Þessi þyngd ein og sér tæmdi þá sem eftir voru af þeim á hverjum degi.

Luego vino la etapa de desalimentación ya que los suministros escasearon.

Þá kom að því að næringarskorturinn varð þegar birgðirnar voru þrotnar.

Una mañana, Hal se dio cuenta de que la mitad de la comida para perros ya había desaparecido.

Hal áttaði sig einn morguninn á því að helmingurinn af hundamatnum var þegar búinn.

Sólo habían recorrido una cuarta parte de la distancia total del recorrido.

Þau höfðu aðeins farið fjórðung af heildarvegalengdinni á leiðinni.

No se podía comprar más comida por ningún precio que se ofreciera.

Ekki var hægt að kaupa meiri mat, sama hvaða verð var í boði.

Redujo las raciones de los perros por debajo de la ración diaria estándar.

Hann minnkaði skammta hundanna niður fyrir venjulegan dagskammt.

Al mismo tiempo, exigió viajes más largos para compensar las pérdidas.

Jafnframt krafðist hann lengri ferðalaga til að bæta upp tapið.

Mercedes y Carlos apoyaron este plan, pero fracasaron en su ejecución.

Mercedes og Charles studdu þessa áætlun en framkvæmd hennar mistókst.

Su pesado trineo y su falta de habilidad hicieron que el avance fuera casi imposible.
Þungur sleði þeirra og skortur á færni gerði það nær ómögulegt að komast áfram.

Era fácil dar menos comida, pero imposible forzar más esfuerzo.
Það var auðvelt að gefa minna mat, en ómögulegt að þvinga fram meiri fyrirhöfn.

No podían salir temprano ni tampoco viajar horas extras.
Þau gátu ekki byrjað snemma né heldur ferðast í lengri tíma.

No sabían cómo trabajar con los perros, ni tampoco ellos mismos.
Þau vissu ekki hvernig ætti að vinna hundana, né sjálf sig, ef út í það er farið.

El primer perro que murió fue Dub, el desafortunado pero trabajador ladrón.
Fyrsti hundurinn sem dó var Dub, óheppni en duglegi þjófurinn.

Aunque a menudo lo castigaban, Dub había hecho su parte sin quejarse.
Þótt Dub hefði oft verið refsað, þá stóð hann sig án þess að kvarta.

Su hombro lesionado empeoró sin cuidados ni necesidad de descanso.
Öxl hans versnaði án umönnunar eða þörf á hvíld.

Finalmente, Hal usó el revólver para acabar con el sufrimiento de Dub.
Að lokum notaði Hal skammbyssuna til að binda enda á þjáningar Dubs.

Un dicho común afirma que los perros normales mueren con raciones para perros esquimales.
Algeng málsháttur hélt því fram að venjulegir hundar deyi á husky-fóðurskammti.

Los seis nuevos compañeros de Buck tenían sólo la mitad de la porción de comida del husky.
Sex nýju félagar Bucks fengu aðeins helminginn af matnum sem husky-hundurinn fékk.

Primero murió el Terranova y después los tres bracos de pelo corto.
Nýfundnalandshundurinn dó fyrst, síðan þrír stutthærðu pointerhundarnir.
Los dos mestizos resistieron más tiempo pero finalmente perecieron como el resto.
Blendingarnir tveir héldu út lengur en fórust að lokum eins og hinir.
Para entonces, todas las comodidades y la dulzura de Southland habían desaparecido.
Á þessum tíma voru allir þægindi og blíðu Suðurlandsins horfnir.
Las tres personas habían perdido los últimos vestigios de su educación civilizada.
Þessir þrír höfðu losað sig við síðustu ummerki siðmenntaðrar uppeldis síns.
Despojado de glamour y romance, el viaje al Ártico se volvió brutalmente real.
Svipt glamúr og rómantík urðu ferðalög um norðurslóðir grimmilega raunveruleg.
Era una realidad demasiado dura para su sentido de masculinidad y feminidad.
Þetta var veruleiki of harður fyrir tilfinningu þeirra fyrir karlmennsku og kvenleika.
Mercedes ya no lloraba por los perros, ahora lloraba sólo por ella misma.
Mercedes grét ekki lengur yfir hundunum, heldur grét nú aðeins yfir sjálfri sér.
Pasó su tiempo llorando y peleando con Hal y Charles.
Hún eyddi tímanum í að gráta og rífast við Hal og Charles.
Pelear era lo único que nunca estaban demasiado cansados para hacer.
Rifrildi voru það eina sem þau voru aldrei of þreytt til að gera.
Su irritabilidad surgió de la miseria, creció con ella y la superó.
Pirringur þeirra stafaði af eymdinni, jókst með henni og fór fram úr henni.

La paciencia del camino, conocida por quienes trabajan y sufren con bondad, nunca llegó.
Þolinmæði slóðarinnar, sem þeir sem strita og þjást af góðvild þekkja, kom aldrei.
Esa paciencia que conserva dulce la palabra a pesar del dolor les era desconocida.
Sú þolinmæði, sem heldur tali sætu þrátt fyrir sársauka, var þeim ókunn.
No tenían ni un ápice de paciencia ni la fuerza que suponía sufrir con gracia.
Þau höfðu engan vott af þolinmæði, engan styrk sem sóttist í þjáningar með náð.
Estaban rígidos por el dolor: les dolían los músculos, los huesos y el corazón.
Þau voru stirð af sársauka — aum í vöðvum, beinum og hjörtum.
Por eso se volvieron afilados de lengua y rápidos para usar palabras ásperas.
Vegna þessa urðu þeir hvassir í tungu og fljótir til að mæla hörðum orðum.
Cada día comenzaba y terminaba con voces enojadas y amargas quejas.
Hver dagur hófst og endaði með reiðilegum röddum og bitrum kvörtunum.
Charles y Hal discutían cada vez que Mercedes les daba una oportunidad.
Charles og Hal rifust alltaf þegar Mercedes gaf þeim tækifæri.
Cada hombre creía que hacía más de lo que le correspondía en el trabajo.
Hver maður taldi sig hafa gert meira en sanngjarnt var fyrir verkið.
Ninguno de los dos perdió la oportunidad de decirlo una y otra vez.
Hvorugur þeirra lét tækifærið renna til að segja það, aftur og aftur.
A veces Mercedes se ponía del lado de Charles, a veces del lado de Hal.

Stundum tók Mercedes afstöðu með Charles, stundum með Hal.

Esto dio lugar a una gran e interminable disputa entre los tres.

Þetta leiddi til mikilla og endalausra rifrilda milli þeirra þriggja.

Una disputa sobre quién debería cortar leña se salió de control.

Deila um hver ætti að höggva eldivið fór úr böndunum.

Pronto se nombraron padres, madres, primos y parientes muertos.

Fljótlega voru feður, mæður, frændsystkini og látnir ættingjar nefndir á nafn.

Las opiniones de Hal sobre el arte o las obras de su tío se convirtieron en parte de la pelea.

Skoðanir Hals á list eða leikrit frænda síns urðu hluti af baráttunni.

Las creencias políticas de Charles también entraron en el debate.

Stjórnmálaskoðanir Karls komu einnig inn í umræðuna.

Para Mercedes, incluso los chismes de la hermana de su marido parecían relevantes.

Jafnvel slúður systur eiginmanns hennar virtist viðeigandi fyrir Mercedes.

Ella expresó sus opiniones sobre eso y sobre muchos de los defectos de la familia de Charles.

Hún lét skoðanir sínar í ljós um það og um marga af göllum fjölskyldu Karls.

Mientras discutían, el fuego permaneció apagado y el campamento medio montado.

Meðan þau rifuðust var eldurinn slökktur og tjaldbúðirnar hálfkveiktar.

Mientras tanto, los perros permanecieron fríos y sin comida.

Á meðan voru hundarnir kaldir og án nokkurs matar.

Mercedes tenía un motivo de queja que consideraba profundamente personal.

Mercedes hafði kvörtun sem hún taldi mjög persónulega.

Se sintió maltratada como mujer, negándole sus privilegios de gentileza.
Henni fannst hún vera illa farið með sem kona, neitað um blíðu forréttindi sín.
Ella era bonita y dulce, y acostumbrada a la caballerosidad toda su vida.
Hún var falleg og mjúk og riddarleg alla sína ævi.
Pero su marido y su hermano ahora la trataban con impaciencia.
En eiginmaður hennar og bróðir sýndu henni nú óþolinmæði.
Su costumbre era actuar con impotencia y comenzaron a quejarse.
Hún var vön að hegða sér hjálparvana og þau fóru að kvarta.
Ofendida por esto, les hizo la vida aún más difícil.
Hún móðgaðist yfir þessu og gerði líf þeirra enn erfiðara.
Ella ignoró a los perros e insistió en montar ella misma el trineo.
Hún hunsaði hundana og krafðist þess að fá að fara sjálf á sleðanum.
Aunque parecía ligera de aspecto, pesaba ciento veinte libras.
Þótt hún væri létt að útliti vó hún eitt hundrað og tuttugu pund.
Esa carga adicional era demasiado para los perros hambrientos y débiles.
Þessi aukabyrði var of mikil fyrir sveltandi, veikburða hundana.
Aún así, ella cabalgó durante días, hasta que los perros se desplomaron en las riendas.
Samt reið hún í daga, þar til hundarnir féllu saman í taumunum.
El trineo se detuvo y Charles y Hal le rogaron que caminara.
Sleðinn stóð kyrr og Charles og Hal báðu hana um að ganga.
Ellos suplicaron y rogaron, pero ella lloró y los llamó crueles.
Þau sárbændu og sárbændu, en hún grét og kallaði þau grimm.

En una ocasión la sacaron del trineo con pura fuerza y enojo.
Einu sinni drógu þeir hana af sleðanum með hreinu afli og reiði.
Nunca volvieron a intentarlo después de lo que pasó aquella vez.
Þau reyndu aldrei aftur eftir það sem gerðist þann tíma.
Ella se quedó flácida como un niño mimado y se sentó en la nieve.
Hún haltraði eins og spillt barn og settist í snjóinn.
Ellos siguieron adelante, pero ella se negó a levantarse o seguirlos.
Þau héldu áfram, en hún neitaði að standa upp eða fylgja á eftir.
Después de tres millas, se detuvieron, regresaron y la llevaron de regreso.
Eftir þrjár mílur stöðvuðu þau, sneru aftur og báru hana til baka.
La volvieron a cargar en el trineo, nuevamente usando la fuerza bruta.
Þeir hlóðu hana aftur upp á sleðann, aftur með hörku afli.
En su profunda miseria, fueron insensibles al sufrimiento de los perros.
Í djúpri eymd sinni voru þeir tilfinningalausir gagnvart þjáningum hundanna.
Hal creía que uno debía endurecerse y forzar esa creencia a los demás.
Hal trúði því að maður yrði að herða sig og þröngvaði þeirri trú upp á aðra.
Primero intentó predicar su filosofía a su hermana.
Hann reyndi fyrst að prédika heimspeki sína fyrir systur sinni
y luego, sin éxito, le predicó a su cuñado.
og síðan, án árangurs, prédikaði hann fyrir mág sínum.
Tuvo más éxito con los perros, pero sólo porque los lastimaba.
Hann hafði meiri árangur með hundunum, en aðeins vegna þess að hann meiddi þá.

En Five Fingers, la comida para perros se quedó completamente sin comida.
Hjá Five Fingers kláraðist hundamaturinn alveg.
Una vieja india desdentada vendió unas cuantas libras de cuero de caballo congelado
Tannlaus gamall squat seldi nokkur pund af frosnu hestaskinni
Hal cambió su revólver por la piel de caballo seca.
Hal skipti skammbyssunni sinni út fyrir þurrkaða hesthúð.
La carne había procedido de caballos hambrientos de ganaderos meses antes.
Kjötið hafði komið af sveltandi hestum nautgripabænda mánuðum áður.
Congelada, la piel era como hierro galvanizado: dura y incomestible.
Frosin, skinnið var eins og galvaniseruðu járni; sterkt og óæt.
Los perros tenían que masticar sin parar la piel para poder comérsela.
Hundarnir þurftu að tyggja endalaust á felunni til að éta hana.
Pero las cuerdas correosas y el pelo corto no constituían apenas alimento.
En leðurkenndu strengirnir og stutta hárið voru varla næring.
La mayor parte de la piel era irritante y no era alimento en ningún sentido estricto.
Mest af skinninu var pirrandi og ekki fæða í neinum eiginlegum skilningi.
Y durante todo ese tiempo, Buck se tambaleaba al frente, como en una pesadilla.
Og þrátt fyrir allt þetta staulaðist Buck fremst, eins og í martröð.
Tiraba cuando podía, y cuando no, se quedaba tendido hasta que un látigo o un garrote lo levantaban.
Hann togaði þegar hann gat; þegar hann gat það ekki lá hann þar til svipa eða kylfa lyfti honum.
Su fino y brillante pelaje había perdido toda la rigidez y brillo que alguna vez tuvo.

Fínn, glansandi feldurinn hans hafði misst allan stífleika og gljáa sem hann hafði áður haft.

Su cabello colgaba lacio, enmarañado y cubierto de sangre seca por los golpes.

Hár hans hékk slappt, úfið og storknað af þurrkuðu blóði eftir höggin.

Sus músculos se encogieron hasta convertirse en cuerdas y sus almohadillas de carne estaban todas desgastadas.

Vöðvarnir hans minnkuðu í strengi og holdspúðarnir voru allir slitnir.

Cada costilla, cada hueso se veía claramente a través de los pliegues de la piel arrugada.

Hvert rifbein, hvert bein, sást greinilega í gegnum fellingar af hrukkuðum húðflúr.

Fue desgarrador, pero el corazón de Buck no podía romperse.

Það var hjartnæmt, en samt gat hjarta Bucks ekki brotnað.

El hombre del suéter rojo lo había probado y demostrado hacía mucho tiempo.

Maðurinn í rauða peysunni hafði prófað það og sannað það fyrir löngu síðan.

Tal como sucedió con Buck, sucedió con el resto de sus compañeros de equipo.

Eins og það var með Buck, svo var það líka með alla hans eftirlifandi liðsfélaga.

Eran siete en total, cada uno de ellos un esqueleto andante de miseria.

Þeir voru sjö alls, hver og einn eins og gangandi beinagrind eymdar.

Se habían vuelto insensibles a los latigazos y solo sentían un dolor distante.

Þau voru dofin og máttlaus, fundu aðeins fyrir fjarlægum sársauka.

Incluso la vista y el sonido les llegaban débilmente, como a través de una espesa niebla.

Jafnvel sjón og heyrn náðu til þeirra dauflega, eins og í gegnum þykka þoku.

No estaban ni medio vivos: eran huesos con tenues chispas en su interior.

Þau voru ekki hálf lifandi — þau voru bein með daufum neistum innan í.

Al detenerse, se desplomaron como cadáveres y sus chispas casi desaparecieron.

Þegar þeir voru stöðvaðir hrundu þeir saman eins og lík, neistarnir næstum horfnir.

Y cuando el látigo o el garrote volvían a golpear, las chispas revoloteaban débilmente.

Og þegar svipan eða kylfan sló aftur, flautuðu neistarnir veikt.

Entonces se levantaron, se tambalearon hacia adelante y arrastraron sus extremidades hacia delante.

Þá risu þau upp, stauluðust áfram og drógu útlimina áfram.

Un día el amable Billee se cayó y ya no pudo levantarse.

Dag einn féll góðhjartaði Billee og gat alls ekki risið upp aftur.

Hal había cambiado su revólver, por lo que utilizó un hacha para matar a Billee.

Hal hafði skipt á skammbyssu sinni, svo hann notaði öxi til að drepa Billee í staðinn.

Lo golpeó en la cabeza, luego le cortó el cuerpo y se lo llevó arrastrado.

Hann sló hann í höfuðið, skar síðan líkama hans lausan og dró hann burt.

Buck vio esto, y también los demás; sabían que la muerte estaba cerca.

Buck sá þetta, og hinir líka; þeir vissu að dauðinn var í nánd.

Al día siguiente Koona se fue, dejando sólo cinco perros en el equipo hambriento.

Daginn eftir fór Koona og skildi aðeins fimm hunda eftir í sveltandi hópnum.

Joe, que ya no era malo, estaba demasiado perdido como para darse cuenta de gran cosa.

Joe, ekki lengur vondur, var of langt genginn til að vita af miklu.

Pike, que ya no fingía su lesión, estaba apenas consciente.

Pike, sem ekki lengur þóttist meiða sig, var varla meðvitundarlaus.

Solleks, todavía fiel, lamentó no tener fuerzas para dar.

Solleks, enn trúr, harmaði að hann hefði engan kraft til að gefa.

Teek fue el que más perdió porque estaba más fresco, pero su rendimiento se estaba agotando rápidamente.

Teek var mest barinn vegna þess að hann var ferskari en dofnaði hratt.

Y Buck, todavía a la cabeza, ya no mantenía el orden ni lo hacía cumplir.

Og Buck, enn í forystu, hélt ekki lengur uppi reglu né framfylgdi henni.

Medio ciego por la debilidad, Buck siguió el rastro sólo por el tacto.

Hálfblindur af veikleika fylgdi Buck slóðinni eingöngu eftir tilfinningunni.

Era un hermoso clima primaveral, pero ninguno de ellos lo notó.

Það var dásamlegt vorveður, en enginn þeirra tók eftir því.

Cada día el sol salía más temprano y se ponía más tarde que el anterior.

Á hverjum degi reis sólin fyrr og settist seinna en áður.

A las tres de la mañana ya había amanecido; el crepúsculo duró hasta las nueve.

Klukkan þrjú um nóttina rann upp dögun; rökkrið varði til níu.

Los largos días estuvieron llenos del resplandor del sol primaveral.

Langir dagarnir voru fylltir af geislandi vorsólarinnar.

El silencio fantasmal del invierno se había transformado en un cálido murmullo.

Draugaleg þögn vetrarins hafði breyst í hlýjan mulning.

Toda la tierra estaba despertando, viva con la alegría de los seres vivos.

Allt landið vaknaði, lifandi af gleði lifandi vera.

El sonido provenía de lo que había permanecido muerto e inmóvil durante el invierno.
Hljóðið kom frá því sem hafði legið dautt og kyrrt allan veturinn.
Ahora, esas cosas se movieron nuevamente, sacudiéndose el largo sueño helado.
Nú hreyfðust þessir hlutir aftur og hristu af sér hinn langa frostsvefni.
La savia subía a través de los oscuros troncos de los pinos que esperaban.
Safi steig upp úr dökkum stofnum furutrjánna sem biðu.
Los sauces y los álamos brotan brillantes y jóvenes brotes en cada ramita.
Víðir og öspur skjóta fram björtum ungum knappum á hverri grein.
Los arbustos y las enredaderas se vistieron de un verde fresco a medida que el bosque cobraba vida.
Runnar og vínviður fengu ferskan grænan lit þegar skógurinn lifnaði við.
Los grillos cantaban por la noche y los insectos se arrastraban bajo el sol del día.
Krybbur kvittruðu á nóttunni og skordýr skriðu í dagsbirtunni.
Las perdices graznaban y los pájaros carpinteros picoteaban en lo profundo de los árboles.
Grjóthænur dundu og spætur börðust djúpt í trjánum.
Las ardillas parloteaban, los pájaros cantaban y los gansos graznaban al hablarles a los perros.
Íkornar kvöddu, fuglar sungu og gæsir flautu yfir hundunum.
Las aves silvestres llegaron en grupos afilados, volando desde el sur.
Villifuglinn kom í hvössum hópum, flugandi upp úr suðri.
De cada ladera llegaba la música de arroyos ocultos y caudalosos.
Frá hverri hlíð barst tónlist frá földum, straumandi lökkum.
Todas las cosas se descongelaron y se rompieron, se doblaron y volvieron a ponerse en movimiento.

Allt þiðnaði og brotnaði, beygðist og sprakk aftur af stað.
El Yukón se esforzó por romper las frías cadenas del hielo congelado.
Júkon reyndi að brjóta kælikeðjurnar úr frosnu ísnum.
El hielo se derritió desde abajo, mientras que el sol lo derritió desde arriba.
Ísinn bráðnaði undir, en sólin bræddi hann að ofan.
Se abrieron agujeros de aire, se abrieron grietas y algunos trozos cayeron al río.
Loftgöt opnuðust, sprungur breiddust út og brotin féllu í ána.
En medio de toda esta vida frenética y llameante, los viajeros se tambaleaban.
Mitt í öllu þessu iðandi og líflega lífi reikuðu ferðalangarnir.
Dos hombres, una mujer y una jauría de perros esquimales caminaban como muertos.
Tveir menn, kona og hópur af husky-hundum gengu eins og dauðir menn.
Los perros caían, Mercedes lloraba, pero seguía montando el trineo.
Hundarnir voru að detta, Mercedes grét, en ók samt á sleðanum.
Hal maldijo débilmente y Charles parpadeó con los ojos llorosos.
Hal bölvaði máttlaust og Charles blikkaði augunum með tárvotum augum.
Se toparon con el campamento de John Thornton junto a la desembocadura del río Blanco.
Þeir rákust inn í herbúðir Johns Thorntons við ósa Hvítaár.
Cuando se detuvieron, los perros cayeron al suelo, como si todos hubieran muerto.
Þegar þeir námu staðar féllu hundarnir flatir niður, eins og allir hefðu dottið dauðir niður.
Mercedes se secó las lágrimas y miró a John Thornton.
Mercedes þerraði tárin og leit yfir á John Thornton.
Charles se sentó en un tronco, lenta y rígidamente, dolorido por el camino.
Karl sat hægt og stirðlega á trjábol, verkjandi eftir slóðina.

Hal habló mientras Thornton tallaba el extremo del mango de un hacha.
Hal talaði fyrir sér á meðan Thornton höggva út endann á öxarskafti.
Él tallaba madera de abedul y respondía con respuestas breves y firmes.
Hann hjó birkivið og svaraði með stuttum, ákveðnum tilsvörum.
Cuando se le preguntó, dio consejos, seguro de que no serían seguidos.
Þegar hann var spurður gaf hann ráð, viss um að þeim yrði ekki fylgt.
Hal explicó: "Nos dijeron que el hielo del sendero se estaba desprendiendo".
Hal útskýrði: „Þeir sögðu okkur að ísinn á slóðinni væri að dofna."
Dijeron que nos quedáramos allí, pero llegamos a White River.
„Þau sögðu að við ættum að vera kyrr — en við komumst að White River."
Terminó con un tono burlón, como para proclamar la victoria en medio de las dificultades.
Hann endaði með hæðnislegum tón, eins og hann væri að lýsa yfir sigri í erfiðleikum.
—Y te dijeron la verdad —respondió John Thornton a Hal en voz baja.
„Og þeir sögðu þér satt," svaraði John Thornton Hal rólega.
"El hielo puede ceder en cualquier momento; está a punto de desprenderse".
„Ísinn getur gefið sig hvenær sem er — hann er tilbúinn að detta af."
"Solo la suerte ciega y los tontos pudieron haber llegado tan lejos con vida".
„Aðeins blind heppni og fífl hefðu getað komist svona langt lifandi."
"Te lo digo directamente: no arriesgaría mi vida ni por todo el oro de Alaska".

„Ég segi þér það alveg hreinskilnislega, ég myndi ekki hætta lífi mínu fyrir allt gullið í Alaska."
—Supongo que es porque no eres tonto —respondió Hal.
„Það er vegna þess að þú ert ekki fífl, geri ég ráð fyrir," svaraði Hal.
—De todos modos, seguiremos hasta Dawson. —Desenrolló el látigo.
„En samt sem áður förum við áfram til Dawson." Hann reif af sér svipuna.
—¡Sube, Buck! ¡Hola! ¡Sube! ¡Vamos! —gritó con dureza.
„Komdu upp, Buck! Hæ! Komdu upp! Komdu!" hrópaði hann hvösslega.

Thornton siguió tallando madera, sabiendo que los tontos no escucharían razones.
Thornton hélt áfram að fikta, vitandi að fífl hlusta ekki á rök.
Detener a un tonto era inútil, y dos o tres tontos no cambiaban nada.
Að stöðva fífl var tilgangslaust — og tveir eða þrír fífl breyttu engu.
Pero el equipo no se movió ante la orden de Hal.
En liðið hreyfði sig ekki við skipun Hals.
A estas alturas, sólo los golpes podían hacerlos levantarse y avanzar.
Núna gætu aðeins högg fengið þá til að rísa og dragast áfram.
El látigo golpeó una y otra vez a los perros debilitados.
Svipan sleit aftur og aftur yfir veikburða hundana.
John Thornton apretó los labios con fuerza y observó en silencio.
John Thornton kreisti varirnar þétt saman og horfði þegjandi á.
Solleks fue el primero en ponerse de pie bajo el látigo.
Solleks var fyrstur til að skríða á fætur undir svipuhögginu.
Entonces Teek lo siguió, temblando. Joe gritó al tambalearse.
Þá fylgdi Teek á eftir, skjálfandi. Joe öskraði þegar hann staulaðist upp.
Pike intentó levantarse, falló dos veces y finalmente se mantuvo en pie, tambaleándose.

Pike reyndi að rísa á fætur, mistókst tvisvar sinnum, en stóð loksins óstöðugur á fætur.

Pero Buck yacía donde había caído, sin moverse en absoluto este momento.

En Buck lá þar sem hann hafði fallið, hreyfði sig alls ekki að þessu sinni.

El látigo lo golpeaba una y otra vez, pero él no emitía ningún sonido.

Svipan sló hann aftur og aftur, en hann gaf ekkert hljóð frá sér.

Él no se inmutó ni se resistió, simplemente permaneció quieto y en silencio.

Hann hvorki hikaði né veitti mótspyrnu, heldur var bara kyrr og hljóður.

Thornton se movió más de una vez, como si fuera a hablar, pero no lo hizo.

Thornton hrærði sig oftar en einu sinni, eins og hann ætlaði að tala, en gerði það ekki.

Sus ojos se humedecieron y el látigo siguió golpeando contra Buck.

Augun hans urðu blaut og svipan brotnaði enn gegn Buck.

Finalmente, Thornton comenzó a caminar lentamente, sin saber qué hacer.

Loksins fór Thornton að ganga hægt fram og til baka, óviss um hvað hann ætti að gera.

Era la primera vez que Buck fallaba y Hal se puso furioso.

Þetta var í fyrsta skipti sem Buck mistókst og Hal varð ævareiður.

Dejó el látigo y en su lugar tomó el pesado garrote.

Hann kastaði svipunni frá sér og tók upp þunga kylfuna í staðinn.

El palo de madera cayó con fuerza, pero Buck todavía no se levantó para moverse.

Trékylfan féll fast niður, en Buck reis samt ekki á fætur til að hreyfa sig.

Al igual que sus compañeros de equipo, era demasiado débil, pero más que eso.

Eins og liðsfélagar hans var hann of veikburða — en meira en það.

Buck había decidido no moverse, sin importar lo que sucediera después.

Buck hafði ákveðið að hreyfa sig ekki, sama hvað kæmi næst.

Sintió algo oscuro y seguro flotando justo delante.

Hann fann eitthvað dimmt og öruggt sveima rétt fyrir framan hann.

Ese miedo se apoderó de él tan pronto como llegó a la orilla del río.

Þessi ótti hafði gripið hann um leið og hann kom að árbakkanum.

La sensación no lo había abandonado desde que sintió el hielo fino bajo sus patas.

Tilfinningin hafði ekki horfið frá honum síðan hann fann ísinn þunnan undir loppunum.

Algo terrible lo esperaba; lo sintió más allá del camino.

Eitthvað hræðilegt beið hans — hann fann það rétt niður slóðann.

No iba a caminar hacia esa cosa terrible que había delante.

Hann ætlaði ekki að ganga í átt að þessum hræðilega hlut framundan

Él no iba a obedecer ninguna orden que lo llevara a esa cosa.

Hann ætlaði ekki að hlýða neinum skipunum sem leiddu hann til þessa.

El dolor de los golpes apenas lo afectaba ahora: estaba demasiado lejos.

Sársaukinn af höggunum snerti hann varla núna — hann var of langt horfinn.

La chispa de la vida parpadeaba débilmente y se apagaba bajo cada golpe cruel.

Lífsneistinn blikkaði lágt, dofnaði undir hverju grimmilega höggi.

Sus extremidades se sentían distantes; su cuerpo entero parecía pertenecer a otro.

Limir hans voru fjarlægir; allur líkami hans virtist tilheyra öðrum.

Sintió un extraño entumecimiento mientras el dolor desapareció por completo.
Hann fann fyrir undarlegri dofa þegar sársaukinn hvarf alveg.
Desde lejos, sentía que lo golpeaban, pero apenas lo sabía.
Hann fann að verið var að barsmíða sig úr fjarlægð en vissi varla af því.
Podía oír los golpes débilmente, pero ya no dolían realmente.
Hann heyrði dynkin dauft, en þau voru ekki lengur raunverulega sár.
Los golpes dieron en el blanco, pero su cuerpo ya no parecía el suyo.
Höggin lentu en líkami hans virtist ekki lengur hans eigin.
Entonces, de repente y sin previo aviso, John Thornton lanzó un grito salvaje.
Þá skyndilega, án viðvörunar, rak John Thornton upp óp.
Era un grito inarticulado, más el grito de una bestia que el de un hombre.
Það var óskýrt, frekar óp dýrs en manns.
Saltó hacia el hombre con el garrote y tiró a Hal hacia atrás.
Hann stökk á manninn með kylfuna og sló Hal aftur á bak.
Hal voló como si lo hubiera golpeado un árbol y aterrizó con fuerza en el suelo.
Hal flaug eins og tré hefði rekist á hann og lenti þungt á jörðinni.
Mercedes gritó en pánico y se llevó las manos a la cara.
Mercedes öskraði upphátt í örvæntingu og greip um andlit hennar.
Charles se limitó a mirar, se secó los ojos y permaneció sentado.
Karl horfði bara á, þurrkaði sér um augun og sat síðan kyrr.
Su cuerpo estaba demasiado rígido por el dolor para levantarse o ayudar en la pelea.
Líkami hans var of stífur af sársauka til að geta risið upp eða hjálpað til í bardaganum.
Thornton se quedó de pie junto a Buck, temblando de furia, incapaz de hablar.

Thornton stóð yfir Buck, skjálfandi af reiði, ófær um að tala.
Se estremeció de rabia y luchó por encontrar su voz a través de ella.
Hann skalf af reiði og barðist við að finna rödd sína í gegnum hana.
—Si vuelves a golpear a ese perro, te mataré —dijo finalmente.
„Ef þú slærð þennan hund aftur, þá drep ég þig," sagði hann loksins.
Hal se limpió la sangre de la boca y volvió a avanzar.
Hal þurrkaði sér blóðið og kom fram aftur.
—Es mi perro —murmuró—. ¡Quítate del medio o te curaré!
„Þetta er hundurinn minn," muldraði hann. „Farðu úr veginum, eða ég laga þig."
"Voy a Dawson y no me lo vas a impedir", añadió.
„Ég er að fara til Dawson og þú ætlar ekki að stoppa mig," bætti hann við.
Thornton se mantuvo firme entre Buck y el joven enojado.
Thornton stóð fastur á milli Bucks og hins reiða unga manns.
No tenía intención de hacerse a un lado o dejar pasar a Hal.
Hann hafði ekki í hyggju að stíga til hliðar eða láta Hal fara fram hjá sér.
Hal sacó su cuchillo de caza, largo y peligroso en la mano.
Hal dró upp veiðihnífinn sinn, langan og hættulega í hendinni.
Mercedes gritó, luego lloró y luego rió con una histeria salvaje.
Mercedes öskraði, grét svo og hló svo í villtri móðursýki.
Thornton golpeó la mano de Hal con el mango de su hacha, fuerte y rápido.
Thornton sló fast og hratt í hönd Hals með öxarskaftinu.
El cuchillo se soltó del agarre de Hal y voló al suelo.
Hnífurinn losnaði úr greipum Hals og flaug til jarðar.
Hal intentó recoger el cuchillo y Thornton volvió a golpearle los nudillos.
Hal reyndi að taka hnífinn upp og Thornton barði aftur á hnúana.

Entonces Thornton se agachó, agarró el cuchillo y lo sostuvo.
Þá laut Thornton niður, greip hnífinn og hélt á honum.
Con dos rápidos golpes del mango del hacha, cortó las riendas de Buck.
Með tveimur hröðum höggum með öxarskaftinu hjó hann á taumana á Buck.
Hal ya no tenía fuerzas para luchar y se apartó del perro.
Hal hafði enga baráttu eftir og steig á bak frá hundinum.
Además, Mercedes necesitaba ahora ambos brazos para mantenerse erguida.
Auk þess þurfti Mercedes nú báða handleggina til að halda sér uppréttri.
Buck estaba demasiado cerca de la muerte como para volver a ser útil para tirar de un trineo.
Buck var of nærri dauðanum til að geta dregið sleða aftur.
Unos minutos después, se marcharon y se dirigieron río abajo.
Fáeinum mínútum síðar lögðu þau af stað og héldu niður ána.
Buck levantó la cabeza débilmente y los observó mientras salían del banco.
Buck lyfti höfðinu máttlaust og horfði á þá fara úr bankanum.
Pike lideró el equipo, con Solleks en la parte trasera, al volante.
Pike leiddi liðið, með Solleks aftast í stýrissætinu.
Joe y Teek caminaron entre ellos, ambos cojeando por el cansancio.
Joe og Teek gengu á milli, báðir haltrandi af þreytu.
Mercedes se sentó en el trineo y Hal agarró el largo palo.
Mercedes sat á sleðanum og Hal greip í langa gæsastöngina.
Charles se tambaleó detrás, sus pasos torpes e inseguros.
Karl hrasaði á eftir sér, klaufalegur og óöruggur í skrefunum.
Thornton se arrodilló junto a Buck y buscó con delicadeza los huesos rotos.
Thornton kraup við hlið Bucks og þreifaði varlega eftir brotum.
Sus manos eran ásperas pero se movían con amabilidad y cuidado.

Hendur hans voru hrjúfar en hreyfðust af góðvild og umhyggju.

El cuerpo de Buck estaba magullado pero no mostraba lesiones duraderas.

Líkami Bucks var marinn en engin varanleg meiðsli reyndust.

Lo que quedó fue un hambre terrible y una debilidad casi total.

Það sem eftir var var hræðileg hungursneyð og nær alger máttleysi.

Cuando esto quedó claro, el trineo ya había avanzado mucho río abajo.

Þegar þetta var orðið ljóst var sleðinn kominn langt niður ána.

El hombre y el perro observaron cómo el trineo se deslizaba lentamente sobre el hielo agrietado.

Maður og hundur horfðu á sleðann skríða hægt yfir sprunginn ísinn.

Luego vieron que el trineo se hundía en un hueco.

Þá sáu þau sleðann sökkva ofan í dæld.

El mástil voló hacia arriba, con Hal todavía aferrándose a él en vano.

Gístöngin flaug upp, og Hal hélt enn fast í hana til einskis.

El grito de Mercedes les llegó a través de la fría distancia.

Óp Mercedes barst til þeirra yfir kalda fjarlægðina.

Charles se giró y dio un paso atrás, pero ya era demasiado tarde.

Karl sneri sér við og steig til baka – en hann var of seinn.

Una capa de hielo entera cedió y todos ellos cayeron al suelo.

Heil ísbreiðan gaf sig og þau féllu öll í gegn.

Los perros, los trineos y las personas desaparecieron en el agua negra que había debajo.

Hundar, sleðar og fólk hurfu í svarta vatnið fyrir neðan.

En el hielo por donde habían pasado sólo quedaba un amplio agujero.

Aðeins stórt gat var eftir í ísnum þar sem þeir höfðu farið fram hjá.

El sendero se había hundido por completo, tal como Thornton había advertido.

Botn slóðarinnar hafði dottið út — rétt eins og Thornton varaði við.

Thornton y Buck se miraron el uno al otro y guardaron silencio por un momento.

Thornton og Buck horfðu hvor á annan, þöglir um stund.

—Pobre diablo —dijo Thornton suavemente, y Buck le lamió la mano.

„Þú vesalings djöfull," sagði Thornton lágt og Buck sleikti höndina á honum.

Por el amor de un hombre
Fyrir ást mannsins

John Thornton se congeló los pies en el frío del diciembre anterior.
John Thornton fraus fæturna í kuldanum í desember síðastliðnum.
Sus compañeros lo hicieron sentir cómodo y lo dejaron recuperarse solo.
Samstarfsaðilar hans létu honum líða vel og létu hann einn jafna sig.
Subieron al río para recoger una balsa de troncos para aserrar para Dawson.
Þau fóru upp ána til að safna saman sagviðarflóka fyrir Dawson.
Todavía cojeaba ligeramente cuando rescató a Buck de la muerte.
Hann haltraði enn lítillega þegar hann bjargaði Buck frá dauða.
Pero como el clima cálido continuó, incluso esa cojera desapareció.
En með áframhaldandi hlýju veðri hvarf jafnvel þessi haltur.
Durante los largos días de primavera, Buck descansaba a orillas del río.
Buck hvíldi sig við árbakkann á löngum vordögum.
Observó el agua fluir y escuchó a los pájaros y a los insectos.
Hann horfði á rennandi vatnið og hlustaði á fugla og skordýr.
Lentamente, Buck recuperó su fuerza bajo el sol y el cielo.
Hægt og rólega endurheimti Buck krafta sína undir sólinni og himninum.
Un descanso fue maravilloso después de viajar tres mil millas.
Hvíldin var dásamleg eftir að hafa ferðast þrjú þúsund kílómetra.
Buck se volvió perezoso a medida que sus heridas sanaban y su cuerpo se llenaba.
Buck varð latur þegar sár hans gróu og líkami hans fylltist.

Sus músculos se reafirmaron y la carne volvió a cubrir sus huesos.
Vöðvarnir hans stinnnuðu og hold huldi beinin aftur.
Todos estaban descansando: Buck, Thornton, Skeet y Nig.
Þau voru öll að hvíla sig — Buck, Thornton, Skeet og Nig.
Esperaron la balsa que los llevaría a Dawson.
Þau biðu eftir flekanum sem átti að flytja þau niður til Dawson.
Skeet era un pequeño setter irlandés que se hizo amigo de Buck.
Skeet var lítill írskur setter sem vingast við Buck.
Buck estaba demasiado débil y enfermo para resistirse a ella en su primer encuentro.
Buck var of veikur og veikur til að veita henni mótspyrnu við fyrsta fund þeirra.
Skeet tenía el rasgo de sanador que algunos perros poseen naturalmente.
Skeet hafði þann lækningaeiginleika sem sumir hundar hafa náttúrulega.
Como una gata madre, lamió y limpió las heridas abiertas de Buck.
Eins og kattarmamma sleikti hún og hreinsaði hrá sár Bucks.
Todas las mañanas, después del desayuno, repetía su minucioso trabajo.
Á hverjum morgni eftir morgunmat endurtók hún vandlega vinnu sína.
Buck llegó a esperar su ayuda tanto como la de Thornton.
Buck fór að vænta hjálpar hennar jafn mikið og hann vænti hjálpar Thorntons.
Nig también era amigable, pero menos abierto y menos cariñoso.
Nig var líka vingjarnleg, en minna opinská og minna ástúðleg.
Nig era un perro grande y negro, mitad sabueso y mitad lebrel.
Nig var stór svartur hundur, hálfur blóðhundur og hálfur dádýrahundur.
Tenía ojos sonrientes y un espíritu bondadoso sin límites.

Hann hafði brosandi augu og endalausa góðvild í anda sínum.
Para sorpresa de Buck, ninguno de los perros mostró celos hacia él.
Buck til undrunar sýndi hvorugur hundurinn honum öfund.
Tanto Skeet como Nig compartieron la amabilidad de John Thornton.
Bæði Skeet og Nig nutu sömu góðvildar og John Thornton.
A medida que Buck se hacía más fuerte, lo atrajeron hacia juegos de perros tontos.
Þegar Buck varð sterkari lokkuðu þeir hann í heimskulega hundaleiki.
Thornton también jugaba a menudo con ellos, incapaz de resistirse a su alegría.
Thornton lék sér líka oft við þau, ófær um að standast gleði þeirra.
De esta manera lúdica, Buck pasó de la enfermedad a una nueva vida.
Á þennan leikræna hátt færðist Buck frá veikindum yfir í nýtt líf.
El amor, el amor verdadero, ardiente y apasionado, finalmente era suyo.
Ástin – sönn, brennandi og ástríðufull ást – var loksins hans.
Nunca había conocido ese tipo de amor en la finca de Miller.
Hann hafði aldrei kynnst þess konar ást á bústað Millers.
Con los hijos del Juez había compartido trabajo y aventuras.
Með sonum dómarans hafði hann deilt verkum og ævintýrum.
En los nietos vio un orgullo rígido y jactancioso.
Hjá barnabörnunum sá hann stífan og montinn stolt.
Con el propio juez Miller mantuvo una amistad respetuosa.
Við dómara Miller sjálfan átti hann virðingarfullan vin.
Pero el amor que era fuego, locura y adoración llegó con Thornton.
En ást sem var eldur, brjálæði og tilbeiðsla kom með Thornton.
Este hombre había salvado la vida de Buck, y eso solo significaba mucho.

Þessi maður hafði bjargað lífi Bucks, og það eitt og sér þýddi heilmikið.

Pero más que eso, John Thornton era el tipo de maestro ideal.

En meira en það, John Thornton var kjörinn meistari.

Otros hombres cuidaban perros por obligación o necesidad laboral.

Aðrir menn annast hunda af skyldu eða nauðsyn í atvinnuskyni.

John Thornton cuidaba a sus perros como si fueran sus hijos.

John Thornton annaðist hundana sína eins og þeir væru börnin hans.

Él se preocupaba por ellos porque los amaba y simplemente no podía evitarlo.

Hann elskaði þau af því að hann gat einfaldlega ekki að því gert.

John Thornton vio incluso más lejos de lo que la mayoría de los hombres lograron ver.

John Thornton sá jafnvel lengra en flestir menn nokkurn tímann náðu að sjá.

Nunca se olvidó de saludarlos amablemente o decirles alguna palabra de aliento.

Hann gleymdi aldrei að heilsa þeim vinsamlega eða segja hlýlegt orð.

Le encantaba sentarse con los perros para tener largas charlas, o "gases", como él decía.

Hann elskaði að sitja niður með hundunum í löngum samræðum, eða „loftgosi" eins og hann sagði.

Le gustaba agarrar bruscamente la cabeza de Buck entre sus fuertes manos.

Honum líkaði að grípa harkalega um höfuð Bucks milli sterkra handa sinna.

Luego apoyó su cabeza contra la de Buck y lo sacudió suavemente.

Svo lagði hann höfuðið að höfði Bucks og hristi hann hann varlega.

Mientras tanto, él llamaba a Buck con nombres groseros que significaban amor para Buck.
Allan tímann kallaði hann Buck dónaleg nöfn sem þýddu ást fyrir Buck.
Para Buck, ese fuerte abrazo y esas palabras le trajeron una profunda alegría.
Þessi hrjúfa faðmlag og þessi orð veittu Buck djúpa gleði.
Su corazón parecía latir con fuerza de felicidad con cada movimiento.
Hjarta hans virtist titra af hamingju við hverja hreyfingu.
Cuando se levantó de un salto, su boca parecía como si se estuviera riendo.
Þegar hann spratt upp á eftir leit út eins og munnurinn á honum væri að hlæja.
Sus ojos brillaban intensamente y su garganta temblaba con una alegría tácita.
Augun hans skinu skært og hálsinn titraði af ólýsanlegri gleði.
Su sonrisa se detuvo en ese estado de emoción y afecto resplandeciente.
Bros hans stóð kyrrt í þessu tilfinningaástandi og geislandi ástúð.
Entonces Thornton exclamó pensativo: "¡Dios! ¡Casi puede hablar!"
Þá hrópaði Thornton hugsi: „Guð minn góður! hann getur næstum talað!"
Buck tenía una extraña forma de expresar amor que casi causaba dolor.
Buck hafði undarlega leið til að tjá ást sem næstum olli sársauka.
A menudo apretaba muy fuerte la mano de Thornton entre los dientes.
Hann greip oft mjög fast í hönd Thorntons.
La mordedura iba a dejar marcas profundas que permanecerían durante algún tiempo.
Bitið átti eftir að skilja eftir djúp spor sem héldu áfram um tíma á eftir.

Buck creía que esos juramentos eran de amor y Thornton lo sabía también.
Buck trúði því að þessir eiðar væru ást, og Thornton vissi það sama.
La mayoría de las veces, el amor de Buck se demostraba en una adoración silenciosa, casi silenciosa.
Oftast birtist ást Bucks í hljóðri, næstum þögulli aðdáun.
Aunque se emocionaba cuando lo tocaban o le hablaban, no buscaba atención.
Þótt hann væri himinlifandi þegar hann var snert eða talað við hann, þá leitaði hann ekki athygli.
Skeet empujó su nariz bajo la mano de Thornton hasta que él la acarició.
Skeet ýtti við trýninu undir hönd Thorntons þar til hann strauk henni.
Nig se acercó en silencio y apoyó su gran cabeza en la rodilla de Thornton.
Nig gekk hljóðlega upp að honum og lagði stóra höfuðið á hné Thorntons.
Buck, por el contrario, se conformaba con amar desde una distancia respetuosa.
Buck, hins vegar, var ánægður með að elska úr virðulegri fjarlægð.
Durante horas permaneció tendido a los pies de Thornton, alerta y observando atentamente.
Hann lá klukkustundum saman við fætur Thorntons, vakandi og fylgist grannt með.
Buck estudió cada detalle del rostro de su amo y su más mínimo movimiento.
Buck rannsakaði hvert smáatriði í andliti húsbónda síns og minnstu hreyfingar.
O yacía más lejos, estudiando la figura del hombre en silencio.
Eða laug lengra í burtu, rannsakaði lögun mannsins í þögn.
Buck observó cada pequeño movimiento, cada cambio de postura o gesto.

Buck fylgdist með hverri litlu hreyfingu, hverri breytingu á líkamsstöðu eða látbragði.

Tan poderosa era esta conexión que a menudo atraía la mirada de Thornton.

Svo sterk var þessi tenging að hún dró oft athygli Thorntons.

Sostuvo la mirada de Buck sin palabras, pero el amor brillaba claramente a través de ella.

Hann mætti augnaráði Bucks án orða, ástin skein skýrt í gegnum hann.

Durante mucho tiempo después de ser salvado, Buck nunca perdió de vista a Thornton.

Langt síðan Buck bjargaði Thornton, en hann sleppti honum aldrei úr augsýn.

Cada vez que Thornton salía de la tienda, Buck lo seguía de cerca afuera.

Alltaf þegar Thornton fór úr tjaldinu fylgdi Buck honum fast á eftir út.

Todos los amos severos de las Tierras del Norte habían hecho que Buck tuviera miedo de confiar.

Allir hinir hörðu húsbændur í Norðurlandinu höfðu gert Buck hræddan við að treysta.

Temía que ningún hombre pudiera seguir siendo su amo durante más de un corto tiempo.

Hann óttaðist að enginn maður gæti verið húsbóndi hans lengur en í stuttan tíma.

Temía que John Thornton desapareciera como Perrault y François.

Hann óttaðist að John Thornton myndi hverfa eins og Perrault og François.

Incluso por la noche, el miedo a perderlo acechaba el sueño inquieto de Buck.

Jafnvel á nóttunni ásótti óttinn við að missa hann órólegan svefn Bucks.

Cuando Buck se despertó, salió a escondidas al frío y fue a la tienda de campaña.

Þegar Buck vaknaði, læddist hann út í kuldann og gekk að tjaldinu.

Escuchó atentamente el suave sonido de la respiración en su interior.
Hann hlustaði vandlega eftir mjúkum andardrátt inni í sér.
A pesar del profundo amor de Buck por John Thornton, lo salvaje siguió vivo.
Þrátt fyrir djúpa ást Bucks á John Thornton, lifði villidýrin af.
Ese instinto primitivo, despertado en el Norte, no desapareció.
Þessi frumstæða eðlishvöt, sem vaknaði í norðri, hvarf ekki.
El amor trajo devoción, lealtad y el cálido vínculo del fuego.
Ástin færði hollustu, tryggð og hlýju bandi arinsins.
Pero Buck también mantuvo sus instintos salvajes, agudos y siempre alerta.
En Buck hélt líka villtum eðlishvötum sínum, skörpum og alltaf vakandi.
No era sólo una mascota domesticada de las suaves tierras de la civilización.
Hann var ekki bara tamt gæludýr frá mjúkum löndum siðmenningarinnar.
Buck era un ser salvaje que había venido a sentarse junto al fuego de Thornton.
Buck var villidýr sem hafði komið inn til að sitja við eldinn hjá Thornton.
Parecía un perro del Sur, pero en su interior vivía lo salvaje.
Hann leit út eins og Suðurlandshundur, en villimennska bjó í honum.
Su amor por Thornton era demasiado grande como para permitirle robarle algo.
Ást hans á Thornton var of mikil til að leyfa þjófnað frá manninum.
Pero en cualquier otro campamento, robaría con valentía y sin pausa.
En í hvaða öðrum herbúðum sem er myndi hann stela djarflega og án þess að hika.
Era tan astuto al robar que nadie podía atraparlo ni acusarlo.
Hann var svo klár í að stela að enginn gat náð honum né ásakað hann.

Su rostro y su cuerpo estaban cubiertos de cicatrices de muchas peleas pasadas.
Andlit hans og líkami voru þakin örum eftir mörg fyrri bardaga.
Buck seguía luchando con fiereza, pero ahora luchaba con más astucia.
Buck barðist enn af hörku, en nú barðist hann af meiri lævísi.
Skeet y Nig eran demasiado amables para pelear, y eran de Thornton.
Skeet og Nig voru of blíðir til að berjast, og þeir voru Thorntons.
Pero cualquier perro extraño, por fuerte o valiente que fuese, cedía.
En hver sá ókunnugi hundur, sama hversu sterkur eða hugrakkur hann var, gafst upp.
De lo contrario, el perro se encontraría luchando contra Buck; luchando por su vida.
Annars endaði hundurinn á því að berjast við Buck; berjast fyrir lífi sínu.
Buck no tuvo piedad una vez que decidió pelear contra otro perro.
Buck sýndi enga miskunn þegar hann valdi að berjast við annan hund.
Había aprendido bien la ley del garrote y el colmillo en las Tierras del Norte.
Hann hafði lært vel lögmál kylfu og vígtennta á Norðurlandi.
Él nunca renunció a una ventaja y nunca se retractó de la batalla.
Hann lét aldrei af forskoti og bakkaði aldrei úr bardaga.
Había estudiado a los Spitz y a los perros más feroces del correo y de la policía.
Hann hafði rannsakað Spitz-hunda og grimmustu póst- og lögregluhunda.
Sabía claramente que no había término medio en un combate salvaje.
Hann vissi greinilega að enginn millivegur væri til í villtum bardögum.

Él debía gobernar o ser gobernado; mostrar misericordia significaba mostrar debilidad.
Hann verður að stjórna eða láta stjórnast; að sýna miskunn þýddi að sýna veikleika.
Mercy era una desconocida en el crudo y brutal mundo de la supervivencia.
Miskunn var óþekkt í hráum og grimmilegum heimi lifunarinnar.
Mostrar misericordia era visto como miedo, y el miedo conducía rápidamente a la muerte.
Að sýna miskunn var litið á sem ótta, og ótti leiddi fljótt til dauða.
La antigua ley era simple: matar o ser asesinado, comer o ser comido.
Gamla lögmálið var einfalt: drepa eða verða drepinn, borða eða verða étinn.
Esa ley vino desde las profundidades del tiempo, y Buck la siguió plenamente.
Þessi lögmál kom úr djúpi tímans og Buck fylgdi því til hlítar.
Buck era mayor que su edad y el número de respiraciones que tomaba.
Buck var eldri en aldur hans og fjöldi andardrátta sem hann dró.
Conectó claramente el pasado antiguo con el momento presente.
Hann tengdi fortíðina greinilega við nútímann.
Los ritmos profundos de las épocas lo atravesaban como mareas.
Djúpir taktar aldanna hreyfðust í gegnum hann eins og sjávarföll.
El tiempo latía en su sangre con la misma seguridad con la que las estaciones movían la tierra.
Tíminn pulsaði í blóði hans eins örugglega og árstíðirnar færðu jörðina til hreyfingar.
Se sentó junto al fuego de Thornton, con el pecho fuerte y los colmillos blancos.

Hann sat við eldinn hjá Thornton, með sterkar bringur og hvítar vígtennur.

Su largo pelaje ondeaba, pero detrás de él los espíritus de los perros salvajes observaban.

Langi feldurinn hans veifaði, en fyrir aftan hann fylgdust andar villihunda með.

Lobos medio y lobos completos se agitaron dentro de su corazón y sus sentidos.

Hálfur úlfar og heilir úlfar hrærðust í hjarta hans og skilningarvitum.

Probaron su carne y bebieron la misma agua que él.

Þau smökkuðu kjötið hans og drukku sama vatnið og hann.

Olfatearon el viento junto a él y escucharon el bosque.

Þau þefuðu af vindinum við hlið hans og hlustuðu á skógarsuðinn.

Susurraron los significados de los sonidos salvajes en la oscuridad.

Þau hvísluðu merkingu villihljóðanna í myrkrinu.

Ellos moldearon sus estados de ánimo y guiaron cada una de sus reacciones tranquilas.

Þau mótuðu skap hans og stýrðu öllum hans hljóðlátu viðbrögðum.

Se quedaron con él mientras dormía y se convirtieron en parte de sus sueños más profundos.

Þau lágu hjá honum á meðan hann svaf og urðu hluti af djúpum draumum hans.

Soñaron con él, más allá de él, y constituyeron su propio espíritu.

Þau dreymdu með honum, handan hans, og mynduðu sjálfan anda hans.

Los espíritus de la naturaleza llamaron con tanta fuerza que Buck se sintió atraído.

Andar villidýranna kölluðu svo sterkt að Buck fann til togunar.

Cada día, la humanidad y sus reivindicaciones se debilitaban más en el corazón de Buck.

Með hverjum deginum veiktist mannkynið og kröfur þess í hjarta Bucks.
En lo profundo del bosque, un llamado extraño y emocionante estaba por surgir.
Djúpt inni í skóginum var undarlegt og spennandi kall að heyrast.
Cada vez que escuchaba el llamado, Buck sentía un impulso que no podía resistir.
Í hvert skipti sem Buck heyrði kallið fann hann óstöðvandi löngun.
Él iba a alejarse del fuego y de los caminos humanos trillados.
Hann ætlaði að snúa sér frá eldinum og frá troðnum slóðum manna.
Iba a adentrarse en el bosque, avanzando sin saber por qué.
Hann ætlaði að steypa sér inn í skóginn, halda áfram án þess að vita hvers vegna.
Él no cuestionó esta atracción porque el llamado era profundo y poderoso.
Hann efaðist ekki um þetta aðdráttarafl, því kallið var djúpt og kröftugt.
A menudo, alcanzaba la sombra verde y la tierra suave e intacta.
Oft náði hann í græna skuggann og mjúka, ósnortna jörðina
Pero entonces el fuerte amor por John Thornton lo atrajo de nuevo al fuego.
En þá dró sterk ást á John Thornton hann aftur að eldinum.
Sólo John Thornton realmente pudo sostener en sus manos el corazón salvaje de Buck.
Aðeins John Thornton hélt í raun og veru villta hjarta Bucks í faðmi sér.
El resto de la humanidad no tenía ningún valor o significado duradero para Buck.
Restin af mannkyninu hafði ekkert varanlegt gildi eða merkingu fyrir Buck.
Los extraños podrían elogiarlo o acariciar su pelaje con manos amistosas.

Ókunnugir gætu hrósað honum eða strjúkt feldinn hans með vinalegum höndum.
Buck permaneció impasible y se alejó por demasiado afecto.
Buck var óhræðrur og gekk í burtu vegna of mikillar ástúðar.
Hans y Pete llegaron con la balsa que habían esperado durante tanto tiempo.
Hans og Pétur komu með flekann sem lengi hafði verið beðið eftir
Buck los ignoró hasta que supo que estaban cerca de Thornton.
Buck hunsaði þau þar til hann komst að því að þau voru nálægt Thornton.
Después de eso, los toleró, pero nunca les mostró total calidez.
Eftir það þoldi hann þau en sýndi þeim aldrei fulla hlýju.
Él aceptaba comida o gentileza de ellos como si les estuviera haciendo un favor.
Hann þáði mat eða góðvild frá þeim eins og hann væri að gera þeim greiða.
Eran como Thornton: sencillos, honestos y claros en sus pensamientos.
Þau voru eins og Thornton — einföld, heiðarleg og skýr í hugsun.
Todos juntos viajaron al aserradero de Dawson y al gran remolino.
Öll saman ferðuðust þau til sagverks Dawsons og hins mikla hvirfils.
En su viaje aprendieron a comprender profundamente la naturaleza de Buck.
Á ferðalagi sínu lærðu þau að skilja eðli Bucks til fulls.
No intentaron acercarse como lo habían hecho Skeet y Nig.
Þau reyndu ekki að verða náin eins og Skeet og Nig höfðu gert.
Pero el amor de Buck por John Thornton solo se profundizó con el tiempo.
En ást Bucks á John Thornton jókst aðeins með tímanum.

Sólo Thornton podía colocar una mochila en la espalda de Buck en el verano.
Aðeins Thornton gat sett bakpoka á bak Bucks í sumar.
Cualquiera que fuera lo que Thornton ordenaba, Buck estaba dispuesto a hacerlo a cabalidad.
Buck var tilbúinn að gera hvað sem Thornton bauð honum að gera.
Un día, después de que dejaron Dawson hacia las cabeceras del río Tanana,
Dag einn, eftir að þau lögðu af stað frá Dawson og áttu leið að upptökum Tanana-árinnar,
El grupo se sentó en un acantilado que caía un metro hasta el lecho rocoso desnudo.
Hópurinn sat á kletti sem féll þrjá feta niður á beran berggrunn.
John Thornton se sentó cerca del borde y Buck descansó a su lado.
John Thornton sat nálægt brúninni og Buck hvíldi sig við hlið hans.
Thornton tuvo una idea repentina y llamó la atención de los hombres.
Thornton fékk skyndilega hugsun og vakti athygli mannanna.
Señaló hacia el otro lado del abismo y le dio a Buck una única orden.
Hann benti yfir gjána og gaf Buck eina skipun.
—¡Salta, Buck! —dijo, extendiendo el brazo por encima del precipicio.
„Hoppaðu, Buck!" sagði hann og sveiflaði hendinni yfir dropann.
En un momento, tuvo que agarrar a Buck, quien estaba saltando para obedecer.
Á augabragði varð hann að grípa í Buck, sem stökk til að hlýða.
Hans y Pete corrieron hacia adelante y los pusieron a ambos a salvo.
Hans og Pétur hlupu fram og drógu báða aftur í öruggt skjól.
Cuando todo terminó y recuperaron el aliento, Pete habló.

Eftir að öllu var lokið og þau höfðu náð andanum, tók Pétur til máls.

"El amor es extraño", dijo, conmocionado por la feroz devoción del perro.

„Ástin er óhugnanleg," sagði hann, skelfdur af brennandi hollustu hundsins.

Thornton meneó la cabeza y respondió con seriedad y calma.

Thornton hristi höfuðið og svaraði með rólegri alvöru.

"No, el amor es espléndido", dijo, "pero también terrible".

„Nei, ástin er dásamleg," sagði hann, „en líka hræðileg."

"A veces, debo admitirlo, este tipo de amor me da miedo".

„Stundum verð ég að viðurkenna að þessi tegund ástar gerir mig hræddan."

Pete asintió y dijo: "Odiaría ser el hombre que te toque".

Pétur kinkaði kolli og sagði: „Mig langar ekki til að vera maðurinn sem snertir þig."

Miró a Buck mientras hablaba, serio y lleno de respeto.

Hann horfði á Buck meðan hann talaði, alvarlegur og fullur virðingar.

—¡Py Jingo! —dijo Hans rápidamente—. Yo tampoco, señor.

„Py Jingo!" sagði Hans fljótt. „Ég heldur ekki, herra minn."

Antes de que terminara el año, los temores de Pete se hicieron realidad en Circle City.

Áður en árið lauk rættist ótti Pete í Circle City.

Un hombre cruel llamado Black Burton provocó una pelea en el bar.

Grimmur maður að nafni Black Burton hóf slagsmál á barnum.

Estaba enojado y malicioso, arremetiendo contra un nuevo novato.

Hann var reiður og illgjarn og réðst á nýjan, viðkvæman mann.

John Thornton entró en escena, tranquilo y afable como siempre.

John Thornton kom inn í myndina, rólegur og góðlyndur eins og alltaf.

Buck yacía en un rincón, con la cabeza gacha, observando a Thornton de cerca.
Buck lá í horni, með höfuðið niðurbeygt, og fylgdist grannt með Thornton.
Burton atacó de repente, y su puñetazo hizo que Thornton girara.
Burton sló skyndilega til og hnefahöggið hans olli því að Thornton varð órólegur.
Sólo la barandilla de la barra evitó que se estrellara con fuerza contra el suelo.
Aðeins handriðið á stönginni kom í veg fyrir að hann féll harkalega til jarðar.
Los observadores oyeron un sonido que no era un ladrido ni un aullido.
Áhorfendurnir heyrðu hljóð sem var ekki gelt eða æp
Un rugido profundo salió de Buck mientras se lanzaba hacia el hombre.
Djúpt öskur heyrðist frá Buck er hann þaut í átt að manninum.
Burton levantó el brazo y apenas salvó su vida.
Burton kastaði hendinni upp og bjargaði naumlega lífi sínu.
Buck se estrelló contra él y lo tiró al suelo.
Buck rakst á hann og sló hann flatan á gólfið.
Buck mordió profundamente el brazo del hombre y luego se abalanzó sobre su garganta.
Buck beit djúpt í handlegg mannsins og réðst síðan á hálsinn.
Burton sólo pudo bloquearlo parcialmente y su cuello quedó destrozado.
Burton gat aðeins að hluta til varið boltann og hálsinn á honum rifnaði upp.
Los hombres se apresuraron a entrar, con los garrotes en alto, y apartaron a Buck del hombre sangrante.
Menn þustu inn, lyftu kylfunum og ráku Buck af blóðuga manninum.
Un cirujano trabajó rápidamente para detener la fuga de sangre.
Skurðlæknir vann hratt að því að stöðva blóðflæðið.

Buck caminaba de un lado a otro y gruñía, intentando atacar una y otra vez.
Buck gekk fram og til baka og urraði, reyndi að ráðast á aftur og aftur.
Sólo los golpes con los palos le impidieron llegar hasta Burton.
Aðeins sveiflukylfur komu í veg fyrir að hann næði Burton.
Allí mismo se convocó y celebró una asamblea de mineros.
Fundur námumanna var boðaður og haldinn á staðnum.
Estuvieron de acuerdo en que Buck había sido provocado y votaron por liberarlo.
Þau voru sammála um að Buck hefði verið ögraður og kusu að láta hann lausan.
Pero el feroz nombre de Buck ahora resonaba en todos los campamentos de Alaska.
En heiftarlegt nafn Bucks ómaði nú í öllum búðum Alaska.
Más tarde ese otoño, Buck salvó a Thornton nuevamente de una nueva manera.
Seinna um haustið bjargaði Buck Thornton aftur á nýjan hátt.
Los tres hombres guiaban un bote largo por rápidos agitados.
Mennirnir þrír voru að stýra löngum bát niður erfiðar flúðir.
Thornton tripulaba el bote, gritando instrucciones para llegar a la costa.
Thornton stýrði bátnum og kallaði til leiðbeiningar að strandlínunni.
Hans y Pete corrieron por la tierra, sosteniendo una cuerda de árbol a árbol.
Hans og Pétur hlupu á landi og héldu í reipi frá tré til trés.
Buck seguía el ritmo en la orilla, siempre observando a su amo.
Buck hélt hraðann við bakkann og vakti alltaf yfir húsbónda sínum.
En un lugar desagradable, las rocas sobresalían bajo el agua rápida.
Á einum óþægilegum stað stóðu steinar út undan hraða vatninu.

Hans soltó la cuerda y Thornton dirigió el bote hacia otro lado.
Hans sleppti reipinu og Thornton stýrði bátnum breitt.
Hans corrió para alcanzar el barco nuevamente más allá de las rocas peligrosas.
Hans hljóp til að ná bátnum aftur fram hjá hættulegu klettunum.
El barco superó la cornisa pero se topó con una parte más fuerte de la corriente.
Báturinn fór yfir brúnina en rakst á sterkari hluta straumsins.
Hans agarró la cuerda demasiado rápido y desequilibró el barco.
Hans greip of hratt í reipið og dró bátinn úr jafnvægi.
El barco se volcó y se estrelló contra la orilla, boca abajo.
Báturinn hvolfdi og skall á bakkanum, með botninn upp.
Thornton fue arrojado y arrastrado hacia la parte más salvaje del agua.
Thornton var kastað út og sópað út í villtasta hluta vatnsins.
Ningún nadador habría podido sobrevivir en esas aguas turbulentas y mortales.
Enginn sundmaður hefði getað lifað af í þessu banvæna, kapphlaupandi vatni.
Buck saltó instantáneamente y persiguió a su amo río abajo.
Buck stökk þegar í stað inn og elti húsbónda sinn niður ána.
Después de trescientos metros, llegó por fin a Thornton.
Eftir þrjú hundruð metra kom hann loksins til Thornton.
Thornton agarró la cola de Buck y Buck se giró hacia la orilla.
Thornton greip í hala Bucks og Buck sneri sér að ströndinni.
Nadó con todas sus fuerzas, luchando contra el arrastre salvaje del agua.
Hann synti af fullum krafti og barðist við villta dragið í vatninu.
Se movieron río abajo más rápido de lo que podían llegar a la orilla.
Þau færðust hraðar niður á við en þau náðu að ströndinni.

Más adelante, el río rugía cada vez más fuerte mientras caía en rápidos mortales.
Framundan öskraði áin háværara er hún féll í banvænar flúðir.
Las rocas cortaban el agua como los dientes de un peine enorme.
Klettar skáru sig í gegnum vatnið eins og tennur á risastórum kambi.
La atracción del agua cerca de la caída era salvaje e ineludible.
Vatnstogið nálægt dropanum var grimmilegt og óhjákvæmilegt.
Thornton sabía que nunca podrían llegar a la costa a tiempo.
Thornton vissi að þeir gætu aldrei náð ströndinni í tæka tíð.
Raspó una roca, se estrelló contra otra,
Hann skrapaði yfir einn stein, braut yfir annan,
Y entonces se estrelló contra una tercera roca, agarrándola con ambas manos.
Og svo rakst hann á þriðja steininn og greip hann með báðum höndum.
Soltó a Buck y gritó por encima del rugido: "¡Vamos, Buck! ¡Vamos!".
Hann sleppti Buck og hrópaði yfir öskurunum: „Farðu, Buck! Farðu!"
Buck no pudo mantenerse a flote y fue arrastrado por la corriente.
Buck gat ekki haldið sér á floti og straumurinn rak hann niður.
Luchó con todas sus fuerzas, intentando girar, pero no consiguió ningún progreso.
Hann barðist hart, reyndi að snúa við en náði engum árangri.
Entonces escuchó a Thornton repetir la orden por encima del rugido del río.
Þá heyrði hann Thornton endurtaka skipunina yfir dynknum í fljótinu.
Buck salió del agua y levantó la cabeza como para echar una última mirada.
Buck reis upp úr vatninu og lyfti höfðinu eins og til að líta í síðasta sinn.

Luego se giró y obedeció, nadando hacia la orilla con resolución.
sneri sér síðan við og hlýddi, synti ákveðinn í átt að bakkanum.
Pete y Hans lo sacaron a tierra en el último momento posible.
Pétur og Hans drógu hann í land á síðustu mögulegu stundu.
Sabían que Thornton podría aferrarse a la roca sólo por unos minutos más.
Þau vissu að Thornton gæti aðeins haldið fast við klettinn í nokkrar mínútur í viðbót.
Corrieron por la orilla hasta un lugar mucho más arriba de donde estaba colgado.
Þau hlupu upp bakkann að stað langt fyrir ofan þar sem hann hékk.
Ataron la cuerda del bote al cuello y los hombros de Buck con cuidado.
Þau bundu bátstöngina vandlega við háls og axlir Bucks.
La cuerda estaba ajustada pero lo suficientemente suelta para permitir la respiración y el movimiento.
Reipið var þétt en nógu laust til að anda og hreyfa sig.
Luego lo lanzaron nuevamente al caudaloso y mortal río.
Þá köstuðu þeir honum aftur út í straumandi, banvæna ána.
Buck nadó con valentía, pero perdió su ángulo debido a la fuerza de la corriente.
Buck synti djarflega en missti af stefnu sinni inn í kraft straumsins.
Se dio cuenta demasiado tarde de que iba a dejar atrás a Thornton.
Hann sá of seint að hann myndi reka fram hjá Thornton.
Hans tiró de la cuerda con fuerza, como si Buck fuera un barco que se hundía.
Hans kippti í reipið eins og Buck væri að hvolfa bát.
La corriente lo arrastró hacia abajo y desapareció bajo la superficie.
Straumurinn dró hann undir yfirborðið og hann hvarf.

Su cuerpo chocó contra el banco antes de que Hans y Pete pudieran sacarlo.
Lík hans rakst á bankann áður en Hans og Pétur drógu hann upp.
Estaba medio ahogado y le sacaron el agua a golpes.
Hann var hálfdrukknaður og þeir börðu vatnið úr honum.
Buck se puso de pie, se tambaleó y volvió a desplomarse en el suelo.
Buck stóð upp, staulaðist og hrundi aftur til jarðar.
Entonces oyeron la voz de Thornton llevada débilmente por el viento.
Þá heyrðu þau rödd Thorntons, dauflega borin af vindinum.
Aunque las palabras no eran claras, sabían que estaba cerca de morir.
Þótt orðin væru óljós vissu þau að hann var nærri dauðanum.
El sonido de la voz de Thornton golpeó a Buck como una sacudida eléctrica.
Rödd Thorntons lenti í Buck eins og rafmagnsskot.
Saltó y corrió por la orilla, regresando al punto de lanzamiento.
Hann stökk upp og hljóp upp bakkann og aftur að uppsetningarstaðnum.
Nuevamente ataron la cuerda a Buck, y nuevamente entró al arroyo.
Aftur bundu þeir reipið við Buck, og aftur fór hann ofan í lækinn.
Esta vez nadó directo y firmemente hacia el agua que palpitaba.
Að þessu sinni synti hann beint og ákveðið út í straumvatnið.
Hans soltó la cuerda con firmeza mientras Pete evitaba que se enredara.
Hans sleppti reipinu jafnt og þétt á meðan Pétur varði það frá því að flækjast.
Buck nadó con fuerza hasta que estuvo alineado justo encima de Thornton.
Buck synti af krafti þar til hann var kominn í röð rétt fyrir ofan Thornton.

Luego se dio la vuelta y se lanzó hacia abajo como un tren a toda velocidad.
Svo sneri hann sér við og þaut niður eins og lest á fullum hraða.
Thornton lo vio venir, se preparó y le rodeó el cuello con los brazos.
Thornton sá hann koma, búinn að sér og faðmaði hann að sér.
Hans ató la cuerda fuertemente alrededor de un árbol mientras ambos eran arrastrados hacia abajo.
Hans batt reipið fast utan um tré þegar báðir voru dregnir undir.
Cayeron bajo el agua y se estrellaron contra rocas y escombros del río.
Þau hrundu undir yfirborðið og skullu á steinum og rusli úr ánni.
En un momento Buck estaba arriba y al siguiente Thornton se levantó jadeando.
Eina stundina var Buck ofan á, þá næstu reis Thornton andstuttur.
Maltratados y asfixiados, se desviaron hacia la orilla y se pusieron a salvo.
Barin og köfnuð beygðu þau að bakkanum og í öruggt skjól.
Thornton recuperó el conocimiento, acostado sobre un tronco a la deriva.
Thornton komst til meðvitundar aftur, liggjandi yfir rekstokki.
Hans y Pete trabajaron duro para devolverle el aliento y la vida.
Hans og Pétur lögðu hart að sér til að hann fengi aftur andann og lífið.
Su primer pensamiento fue para Buck, que yacía inmóvil y flácido.
Fyrsta hugsun hans var til Bucks, sem lá hreyfingarlaus og slappur.
Nig aulló sobre el cuerpo de Buck y Skeet le lamió la cara suavemente.
Nig öskraði yfir líkama Bucks og Skeet sleikti andlit hans blíðlega.

Thornton, dolorido y magullado, examinó a Buck con manos cuidadosas.
Thornton, aumur og marinn, skoðaði Buck varlega með höndunum.
Encontró tres costillas rotas, pero ninguna herida mortal en el perro.
Hann fann þrjú brotin rifbein en engin banvæn sár á hundinum.
"Eso lo resuelve", dijo Thornton. "Acamparemos aquí". Y así lo hicieron.
„Það er málið," sagði Thornton. „Við tjöldum hér." Og það gerðu þau.
Se quedaron hasta que las costillas de Buck sanaron y pudo caminar nuevamente.
Þau dvöldu þar til rifbein Bucks voru gróin og hann gat gengið aftur.

Ese invierno, Buck realizó una hazaña que aumentó aún más su fama.
Þann vetur vann Buck afrek sem jók frægð hans enn frekar.
Fue menos heroico que salvar a Thornton, pero igual de impresionante.
Það var minna hetjulegt en að bjarga Thornton, en alveg jafn áhrifamikið.
En Dawson, los socios necesitaban suministros para un viaje lejano.
Í Dawson þurftu félagarnir vistir fyrir langferð.
Querían viajar hacia el Este, hacia tierras vírgenes y silvestres.
Þau vildu ferðast austur, inn í ósnortnar óbyggðir.
La escritura de Buck en el Eldorado Saloon hizo posible ese viaje.
Verknaður Bucks í Eldorado Saloon gerði þá ferð mögulega.
Todo empezó con hombres alardeando de sus perros mientras bebían.
Þetta byrjaði með því að menn stærðu sig af hundunum sínum yfir drykkjum.

La fama de Buck lo convirtió en blanco de desafíos y dudas.
Frægð Bucks gerði hann að skotspónni áskorana og efasemda.
Thornton, orgulloso y tranquilo, se mantuvo firme en la defensa del nombre de Buck.
Thornton, stoltur og rólegur, stóð staðfastur í að varða nafn Bucks.
Un hombre dijo que su perro podía levantar doscientos cincuenta kilos con facilidad.
Einn maður sagði að hundurinn hans gæti dregið fimm hundruð pund með auðveldum hætti.
Otro dijo seiscientos, y un tercero se jactó de setecientos.
Annar sagði sex hundruð og sá þriðji stærði sig af sjö hundruð.
"¡Pfft!" dijo John Thornton, "Buck puede tirar de un trineo de mil libras".
„Pfft!" sagði John Thornton, „Buck getur dregið þúsund punda sleða."
Matthewson, un Rey de Bonanza, se inclinó hacia delante y lo desafió.
Matthewson, Bonanza-konungur, hallaði sér fram og ögraði honum.
¿Crees que puede poner tanto peso en movimiento?
„Heldurðu að hann geti sett svona mikla þyngd í hreyfingu?"
"¿Y crees que puede tirar del peso cien yardas enteras?"
„Og þú heldur að hann geti dregið þungann heil hundrað metra?"
Thornton respondió con frialdad: «Sí. Buck es lo suficientemente bueno como para hacerlo».
Thornton svaraði rólega: „Já. Buck er nógu hundfús til að gera það."
"Pondrá mil libras en movimiento y las arrastrará cien yardas".
„Hann setur þúsund pund í gang og dregur það hundrað metra."
Matthewson sonrió lentamente y se aseguró de que todos los hombres escucharan sus palabras.

Matthewson brosti hægt og gætti þess að allir menn heyrðu orð hans.
Tengo mil dólares que dicen que no puede. Ahí está.
„Ég er með þúsund dollara sem segja að hann geti það ekki. Þarna eru þeir."
Arrojó un saco de polvo de oro del tamaño de una salchicha sobre la barra.
Hann skellti poka af gulldufti á stærð við pylsu á barnum.
Nadie dijo una palabra. El silencio se hizo denso y tenso a su alrededor.
Enginn sagði orð. Þögnin varð þung og spennt í kringum þau.
El engaño de Thornton —si es que lo hubo— había sido tomado en serio.
Blekking Thorntons – ef hún var einföld – hafði verið tekin alvarlega.
Sintió que el calor le subía a la cara mientras la sangre le subía a las mejillas.
Hann fann hita stíga upp í andlitið á meðan blóð streymdi upp í kinnarnar á honum.
En ese momento su lengua se había adelantado a su razón.
Tungan hans hafði farið á undan skynseminni á þeirri stundu.
Realmente no sabía si Buck podría mover mil libras.
Hann vissi í raun og veru ekki hvort Buck gæti fært þúsund pund.
¡Media tonelada! Solo su tamaño le hacía sentir un gran peso en el corazón.
Hálft tonn! Bara stærðin gerði hann þungan um hjartaræturnar.
Tenía fe en la fuerza de Buck y creía que era capaz.
Hann hafði trú á styrk Bucks og taldi hann hæfan til þess.
Pero nunca se había enfrentado a un desafío así, no de esta manera.
En hann hafði aldrei staðið frammi fyrir þessari áskorun, ekki svona.
Una docena de hombres lo observaban en silencio, esperando ver qué haría.

Tólf menn horfðu þöglir á hann og biðu spenntir eftir að sjá hvað hann myndi gera.

Él no tenía el dinero, ni tampoco Hans ni Pete.

Hann hafði ekki peningana — hvorki Hans né Pétur.

"Tengo un trineo afuera", dijo Matthewson fría y directamente.

„Ég er með sleða úti," sagði Matthewson kalt og beint út.

"Está cargado con veinte sacos de cincuenta libras cada uno, todo de harina.

„Það er hlaðið tuttugu sekkjum, fimmtíu punda hver, allt úr hveiti."

Así que no dejen que un trineo perdido sea su excusa ahora", añadió.

„Látið því ekki týndan sleða vera afsökun ykkar núna," bætti hann við.

Thornton permaneció en silencio. No sabía qué decir.

Thornton stóð þögull. Hann vissi ekki hvaða orð hann ætti að segja.

Miró a su alrededor los rostros sin verlos con claridad.

Hann leit í kringum sig á andlitin án þess að sjá þau greinilega.

Parecía un hombre congelado en sus pensamientos, intentando reiniciarse.

Hann leit út eins og maður fastur í hugsunum sínum, að reyna að byrja upp á nýtt.

Luego vio a Jim O'Brien, un amigo de la época de Mastodon.

Þá sá hann Jim O'Brien, vin frá Mastodon-tímanum.

Ese rostro familiar le dio un coraje que no sabía que tenía.

Þetta kunnuglega andlit gaf honum hugrekki sem hann vissi ekki að hann hafði.

Se giró y preguntó en voz baja: "¿Puedes prestarme mil?"

Hann sneri sér við og spurði lágt: „Geturðu lánað mér þúsund?"

"Claro", dijo O'Brien, dejando caer un pesado saco junto al oro.

„Jú," sagði O'Brien og sleppti þungum poka þegar hann var kominn með gullið.

"Pero la verdad, John, no creo que la bestia pueda hacer esto".

„En satt að segja, John, trúi ég ekki að skepnan geti gert þetta."

Todos los que estaban en el Eldorado Saloon corrieron hacia afuera para ver el evento.

Allir í Eldorado Saloon þustu út til að sjá viðburðinn.

Abandonaron las mesas y las bebidas, e incluso los juegos se pausaron.

Þau skildu eftir borð og drykki og jafnvel leikjunum var hætt.

Comerciantes y jugadores acudieron para presenciar el final de la audaz apuesta.

Gjafarar og fjárhættuspilarar komu til að vera vitni að lokum hins djarfa veðmáls.

Cientos de personas se reunieron alrededor del trineo en la calle helada y abierta.

Hundruð söfnuðust saman umhverfis sleðann á ísilögðu götunni.

El trineo de Matthewson estaba cargado con un montón de sacos de harina.

Sleði Matthewsons stóð þar fullur af hveitisekkjum.

El trineo había permanecido parado durante horas a temperaturas bajo cero.

Sleðinn hafði legið í klukkutíma í frosthörkum.

Los patines del trineo estaban congelados y pegados a la nieve compacta.

Leiðarar sleðans voru frosnir fastir við þjappaðan snjóinn.

Los hombres ofrecieron dos a uno de que Buck no podría mover el trineo.

Mennirnir buðu upp á tvær líkur á að Buck gæti ekki hreyft sleðann.

Se desató una disputa sobre lo que realmente significaba "break out".

Deilur brutust út um hvað „brott út" í raun þýddi.

O'Brien dijo que Thornton debería aflojar la base congelada del trineo.

O'Brien sagði að Thornton ætti að losa frosið botn sleðans.

Buck pudo entonces "escapar" de un comienzo sólido e inmóvil.
Buck gæti þá „brotist út" eftir traustan, hreyfingarlausan upphaf.
Matthewson argumentó que el perro también debe liberar a los corredores.
Matthewson hélt því fram að hundurinn yrði líka að losa hlauparana.
Los hombres que habían escuchado la apuesta estuvieron de acuerdo con la opinión de Matthewson.
Mennirnir, sem höfðu heyrt veðmálið, voru sammála skoðun Matthewsons.
Con esa decisión, las probabilidades aumentaron a tres a uno en contra de Buck.
Með þeirri úrskurði jukust líkurnar á sigri Bucks í þrjá á móti einum.
Nadie se animó a asumir las crecientes probabilidades de tres a uno.
Enginn steig fram til að taka á sig vaxandi þrefalda líkurnar.
Ningún hombre creyó que Buck pudiera realizar la gran hazaña.
Enginn maður trúði því að Buck gæti framkvæmt þetta mikla afrek.
Thornton se había apresurado a hacer la apuesta, cargado de dudas.
Thornton hafði verið hraðað inn í veðmálið, þungur af efasemdum.
Ahora miró el trineo y el equipo de diez perros que estaba a su lado.
Nú horfði hann á sleðann og tíu hunda liðið við hliðina á honum.
Ver la realidad de la tarea la hizo parecer más imposible.
Að sjá raunveruleikann í verkefninu gerði það ómögulegra að sjá það.
Matthewson estaba lleno de orgullo y confianza en ese momento.
Matthewson var fullur stolts og sjálfstrausts á þeirri stundu.

—¡Tres a uno! —gritó—. ¡Apuesto mil más, Thornton!

„Þrír á móti einum!" hrópaði hann. „Ég veðja þúsund í viðbót, Thornton!"

"¿Qué dices?" añadió lo suficientemente alto para que todos lo oyeran.

„Hvað segirðu?" bætti hann við, nógu hátt til að allir heyrðu.

El rostro de Thornton mostraba sus dudas, pero su ánimo se había elevado.

Efasemdir bárust í andliti Thorntons, en andi hans hafði risið.

Ese espíritu de lucha ignoraba las probabilidades y no temía a nada en absoluto.

Þessi baráttuandi hunsaði erfiðleika og óttaðist ekkert.

Llamó a Hans y Pete para que trajeran todo su dinero a la mesa.

Hann hringdi í Hans og Pétur til að koma með allan peninginn sinn á borðið.

Les quedaba poco: sólo doscientos dólares en total.

Þau áttu lítið eftir — aðeins tvö hundruð dollara samanlagt.

Esta pequeña suma constituía su fortuna total en tiempos difíciles.

Þessi litla upphæð var heildarauður þeirra á erfiðum tímum.

Aún así, apostaron toda su fortuna contra la apuesta de Matthewson.

Samt lögðu þeir allan auðinn á móti veðmáli Matthewsons.

El equipo de diez perros fue desenganchado y se alejó del trineo.

Tíu hunda liðið var losað og færði sig frá sleðanum.

Buck fue colocado en las riendas, vistiendo su arnés familiar.

Buck var settur í taumana, klæddur í kunnuglegt beisli sitt.

Había captado la energía de la multitud y sentía la tensión.

Hann hafði náð tökum á orku mannfjöldans og fundið fyrir spennunni.

De alguna manera, sabía que tenía que hacer algo por John Thornton.

Einhvern veginn vissi hann að hann þurfti að gera eitthvað fyrir John Thornton.

La gente murmuraba con admiración ante la orgullosa figura del perro.
Fólk möglaði af aðdáun yfir stoltri mynd hundsins.

Era delgado y fuerte, sin un solo gramo de carne extra.
Hann var grannur og sterkur, án nokkurs auka gramms af holdi.

Su peso total de ciento cincuenta libras era todo potencia y resistencia.
Öll þyngd hans, hundrað og fimmtíu pund, var öll kraftur og þol.

El pelaje de Buck brillaba como la seda, espeso y saludable.
Feldur Bucks glitraði eins og silki, þykkur af heilsu og styrk.

El pelaje a lo largo de su cuello y hombros pareció levantarse y erizarse.
Feldurinn meðfram hálsi hans og öxlum virtist lyftast og fá burst.

Su melena se movía levemente, cada cabello vivo con su gran energía.
Fax hans hreyfðist lítillega, hvert hár lifandi af mikilli orku hans.

Su pecho ancho y sus piernas fuertes hacían juego con su cuerpo pesado y duro.
Breið bringa hans og sterkir fætur pössuðu við þungan og harðan líkama hans.

Los músculos se ondulaban bajo su abrigo, tensos y firmes como hierro.
Vöðvar ölduðust undir frakka hans, stífir og fastir eins og bundið járn.

Los hombres lo tocaron y juraron que estaba construido como una máquina de acero.
Menn snertu hann og sóru við því að hann væri byggður eins og stálvél.

Las probabilidades bajaron levemente a dos a uno contra el gran perro.
Líkurnar lækkuðu lítillega, niður í tvo á móti einum gegn þessum frábæra hundi.

Un hombre de los bancos Skookum se adelantó, tartamudeando.
Maður frá Skookum-bekkjunum ýtti sér áfram, stamandi.
—¡Bien, señor! ¡Ofrezco ochocientas libras por él, antes del examen, señor!
„Gott, herra! Ég býð átta hundruð fyrir hann — fyrir prófið, herra!"
"¡Ochocientos, tal como está ahora mismo!" insistió el hombre.
„Átta hundruð, eins og hann stendur núna!" hélt maðurinn áfram.
Thornton dio un paso adelante, sonrió y meneó la cabeza con calma.
Thornton steig fram, brosti og hristi höfuðið rólega.
Matthewson intervino rápidamente con una voz de advertencia y el ceño fruncido.
Matthewson steig fljótt inn með viðvörunarrödd og gretti sig.
—Debes alejarte de él —dijo—. Dale espacio.
„Þú verður að stíga frá honum," sagði hann. „Gefðu honum svigrúm."
La multitud quedó en silencio; sólo los jugadores seguían ofreciendo dos a uno.
Mannfjöldinn þagnaði; aðeins spilamenn buðu enn upp á tvo á móti einum.
Todos admiraban la complexión de Buck, pero la carga parecía demasiado grande.
Allir dáðust að líkamsbyggingu Bucks, en byrðin virtist of þung.
Veinte sacos de harina, cada uno de cincuenta libras de peso, parecían demasiados.
Tuttugu sekkir af hveiti – hver um sig fimmtíu pund að þyngd – virtust alltof mikið.
Nadie estaba dispuesto a abrir su bolsa y arriesgar su dinero.
Enginn var tilbúinn að opna pokann sinn og hætta peningunum sínum.
Thornton se arrodilló junto a Buck y tomó su cabeza con ambas manos.

Thornton kraup við hlið Bucks og tók um höfuð hans með báðum höndum.
Presionó su mejilla contra la de Buck y le habló al oído.
Hann þrýsti kinn sinni að kinn Bucks og talaði í eyrað á honum.
Ya no había apretones juguetones ni susurros de insultos amorosos.
Nú var enginn leikur um hristing eða hvíslaðar ástúðlegar móðganir.
Él sólo murmuró suavemente: "Tanto como me amas, Buck".
Hann muldraði aðeins lágt: „Þó að þú elskar mig, Buck."
Buck dejó escapar un gemido silencioso, su entusiasmo apenas fue contenido.
Buck kveinaði lágt, ákafi hans varla hemill.
Los espectadores observaron con curiosidad cómo la tensión llenaba el aire.
Áhorfendurnir horfðu forvitnir á meðan spenna fyllti loftið.
El momento parecía casi irreal, como algo más allá de la razón.
Augnablikið fannst mér næstum óraunverulegt, eins og eitthvað sem var handan skynsamlegt.
Cuando Thornton se puso de pie, Buck tomó suavemente su mano entre sus mandíbulas.
Þegar Thornton stóð upp tók Buck varlega hönd hans í kjálkana.
Presionó con los dientes y luego lo soltó lenta y suavemente.
Hann þrýsti niður með tönnunum og sleppti svo hægt og varlega.
Fue una respuesta silenciosa de amor, no dicha, pero entendida.
Þetta var þögul kærleikssvar, ekki talað, heldur skilið.
Thornton se alejó bastante del perro y dio la señal.
Thornton færði sig langt frá hundinum og gaf merki.
—Ahora, Buck —dijo, y Buck respondió con calma y concentración.
„Nú, Buck," sagði hann og Buck svaraði með einbeittri ró.
Buck apretó las correas y luego las aflojó unos centímetros.

Buck herti teinurnar og losaði þær síðan um nokkra sentimetra.

Éste era el método que había aprendido; su manera de romper el trineo.

Þetta var aðferðin sem hann hafði lært; hans leið til að brjóta sleðann.

—¡Caramba! —gritó Thornton con voz aguda en el pesado silencio.

„Vá!" hrópaði Thornton, röddin skörp í þögninni.

Buck giró hacia la derecha y se lanzó con todo su peso.

Buck sneri sér til hægri og stökk fram af öllum sínum þunga.

La holgura desapareció y la masa total de Buck golpeó las cuerdas apretadas.

Slakinn hvarf og allur massi Bucks lenti á þröngu slóðunum.

El trineo tembló y los patines produjeron un crujido crujiente.

Sleðinn skalf og hlaupararnir gáfu frá sér skörp sprunguhljóð.

—¡Ja! —ordenó Thornton, cambiando nuevamente la dirección de Buck.

„Ha!" skipaði Thornton og breytti stefnu Bucks aftur.

Buck repitió el movimiento, esta vez tirando bruscamente hacia la izquierda.

Buck endurtók hreyfinguna, að þessu sinni togaði hann skarpt til vinstri.

El trineo crujió más fuerte y los patines crujieron y se movieron.

Sleðinn brakaði hærra, hlaupin smellu og færðust til.

La pesada carga se deslizó ligeramente hacia un lado sobre la nieve congelada.

Þunga farminn rann örlítið til hliðar yfir frosna snjóinn.

¡El trineo se había soltado del sendero helado!

Sleðinn hafði losnað úr taki ísþöktu slóðarinnar!

Los hombres contenían la respiración, sin darse cuenta de que ni siquiera estaban respirando.

Mennirnir héldu niðri í sér andanum, án þess að vita að þeir væru ekki einu sinni að anda.

—¡Ahora, TIRA! —gritó Thornton a través del silencio helado.

„Nú, TOGIÐ!" hrópaði Thornton yfir frosnu þögnina.

La orden de Thornton sonó aguda, como el chasquido de un látigo.

Skipun Thorntons ómaði skarpt, eins og svipuhögg.

Buck se lanzó hacia adelante con una estocada feroz y estremecedora.

Buck kastaði sér fram með hörkulegu og skelfilegu fráfalli.

Todo su cuerpo se tensó y se arrugó por la enorme tensión.

Allur líkami hans spenntist og krampaðist vegna þessa mikla álags.

Los músculos se ondulaban bajo su pelaje como serpientes que cobraban vida.

Vöðvar ölduðust undir feldinum hans eins og höggormar sem lifnuðu við.

Su gran pecho estaba bajo y la cabeza estirada hacia delante, hacia el trineo.

Stóri bringan hans var lág, höfuðið teygt fram í átt að sleðanum.

Sus patas se movían como un rayo y sus garras cortaban el suelo helado.

Löppurnar hans hreyfðust eins og elding, klærnar skáru frosna jörðina.

Los surcos se abrieron profundos mientras luchaba por cada centímetro de tracción.

Djúpar rásir voru höggnar í baráttunni um hvern einasta sentimetra af gripi.

El trineo se balanceó, tembló y comenzó un movimiento lento e inquieto.

Sleðinn vaggaði, skalf og hóf hæga, órólega hreyfingu.

Un pie resbaló y un hombre entre la multitud gimió en voz alta.

Annar fóturinn rann til og maður í mannfjöldanum kveinkaði upphátt.

Entonces el trineo se lanzó hacia adelante con un movimiento brusco y espasmódico.

Þá kipptist sleðinn áfram með kippandi, hrjúfri hreyfingu.
No se detuvo de nuevo: media pulgada... una pulgada... dos pulgadas más.
Það stoppaði ekki aftur — hálfur tomma ... tomma ... tveir tommur í viðbót.
Los tirones se hicieron más pequeños a medida que el trineo empezó a ganar velocidad.
Kippirnir urðu minni eftir því sem sleðinn fór að auka hraða.
Pronto Buck estaba tirando con una potencia suave, uniforme y rodante.
Fljótlega fór Buck að toga með mjúkum, jöfnum, rúllandi krafti.
Los hombres jadearon y finalmente recordaron respirar de nuevo.
Mennirnir drógu andann djúpt og mundu loksins eftir að anda aftur.
No se habían dado cuenta de que su respiración se había detenido por el asombro.
Þau höfðu ekki tekið eftir því að andardráttur þeirra hafði stöðvast í lotningu.
Thornton corrió detrás, gritando órdenes breves y alegres.
Thornton hljóp á eftir og kallaði stuttar, kátar skipanir.
Más adelante había una pila de leña que marcaba la distancia.
Framundan var stafli af eldiviði sem markaði fjarlægðina.
A medida que Buck se acercaba a la pila, los vítores se hacían cada vez más fuertes.
Þegar Buck nálgaðist hrúguna urðu fagnaðarópin háværari og háværari.
Los aplausos aumentaron hasta convertirse en un rugido cuando Buck pasó el punto final.
Fagnaðarlætin urðu að dynk þegar Buck fór fram hjá endapunktinum.
Los hombres saltaron y gritaron, incluso Matthewson sonrió.
Menn stukku og hrópuðu, jafnvel Matthewson brosti.
Los sombreros volaron por el aire y los guantes fueron arrojados sin pensar ni rumbo.

Hattar flugu upp í loftið, vettlingar voru kastaðir án umhugsunar eða markmiðs.

Los hombres se abrazaron y se dieron la mano sin saber a quién.

Mennirnir gripu hvor annan og tóku í hendur án þess að vita hverjir.

Toda la multitud vibró en una celebración salvaje y alegre.

Allur mannfjöldinn söng í villtri, gleðilegri fagnaðarlæti.

Thornton cayó de rodillas junto a Buck con manos temblorosas.

Thornton féll á kné við hlið Bucks með skjálfandi höndum.

Apretó su cabeza contra la de Buck y lo sacudió suavemente hacia adelante y hacia atrás.

Hann þrýsti höfði sínu að höfði Bucks og hristi hann varlega fram og til baka.

Los que se acercaron le oyeron maldecir al perro con silencioso amor.

Þeir sem nálguðust heyrðu hann formæla hundinum með kyrrlátri ást.

Maldijo a Buck durante un largo rato, suavemente, cálidamente, con emoción.

Hann bölvaði Buck lengi — mjúklega, hlýlega og tilfinningaþrunginn.

—¡Bien, señor! ¡Bien, señor! —gritó el rey del Banco Skookum a toda prisa.

„Gott, herra! Gott, herra!" hrópaði Skookum-bekkjarkonungurinn í flýti.

—¡Le daré mil, no, mil doscientos, por ese perro, señor!

„Ég gef þér þúsund – nei, tólf hundruð – fyrir þennan hund, herra!"

Thornton se puso de pie lentamente, con los ojos brillantes de emoción.

Thornton reis hægt á fætur, augun hans ljómuðu af tilfinningu.

Las lágrimas corrían abiertamente por sus mejillas sin ninguna vergüenza.

Tárin runnu opinskátt niður kinnar hans án nokkurrar skammar.

"Señor", le dijo al rey del Banco Skookum, firme y firme.

„Herra," sagði hann við konunginn á Skookum-bekknum, stöðugur og ákveðinn.

—No, señor. Puede irse al infierno, señor. Esa es mi última respuesta.

„Nei, herra. Þér getið farið til helvítis, herra. Þetta er mitt síðasta svar."

Buck agarró suavemente la mano de Thornton con sus fuertes mandíbulas.

Buck greip varlega í hönd Thorntons með sterkum kjálkum sínum.

Thornton lo sacudió juguetonamente; su vínculo era más profundo que nunca.

Thornton hristi hann í léttúð, tengsl þeirra voru djúp eins og alltaf.

La multitud, conmovida por el momento, retrocedió en silencio.

Mannfjöldinn, hrærður af augnablikinu, steig þegjandi til baka.

Desde entonces nadie se atrevió a interrumpir tan sagrado afecto.

Þaðan í frá þorði enginn að trufla slíka helga ástúð.

El sonido de la llamada
Hljóð kallsins

Buck había ganado mil seiscientos dólares en cinco minutos.
Buck hafði grætt sextán hundruð dollara á fimm mínútum.
El dinero permitió a John Thornton pagar algunas de sus deudas.
Peningarnir gerðu John Thornton kleift að greiða niður hluta af skuldum sínum.
Con el resto del dinero se dirigió al Este con sus socios.
Með afganginn af peningunum hélt hann austur með félögum sínum.
Buscaban una legendaria mina perdida, tan antigua como el país mismo.
Þeir leituðu að goðsagnakenndri týndri námum, jafngamalli landinu sjálfu.
Muchos hombres habían buscado la mina, pero pocos la habían encontrado.
Margir menn höfðu leitað að námunni en fáir fundu hana.
Más de unos pocos hombres habían desaparecido durante la peligrosa búsqueda.
Fleiri en nokkrir menn höfðu horfið á meðan á hættulegri leit stóð.
Esta mina perdida estaba envuelta en misterio y vieja tragedia.
Þessi týnda náma var bæði vafin leyndardómum og gamalli harmleik.
Nadie sabía quién había sido el primer hombre que encontró la mina.
Enginn vissi hver hafði verið fyrstur til að finna námuna.
Las historias más antiguas no mencionan a nadie por su nombre.
Í elstu sögunum er enginn nefndur á nafn.
Siempre había habido allí una antigua y destartalada cabaña.
Þar hafði alltaf verið gamalt, hrörlegt kofi.

Los hombres moribundos habían jurado que había una mina al lado de aquella vieja cabaña.
Deyjandi menn höfðu svarið að það væri náma við hliðina á þessari gömlu kofa.
Probaron sus historias con oro como ningún otro en ningún otro lugar.
Þeir sönnuðu sögur sínar með gulli sem ekkert finnst annars staðar.
Ningún alma viviente había jamás saqueado el tesoro de aquel lugar.
Engin lifandi sál hafði nokkurn tímann rænt fjársjóðnum þaðan.
Los muertos estaban muertos, y los muertos no cuentan historias.
Hinir dánu voru dauðir, og dauðir menn segja engar sögur.
Entonces Thornton y sus amigos se dirigieron al Este.
Svo héldu Thornton og vinir hans austur á bóginn.
Pete y Hans se unieron, trayendo a Buck y seis perros fuertes.
Pétur og Hans slógu í för, ásamt Buck og sex sterkum hundum.
Se embarcaron en un camino desconocido donde otros habían fracasado.
Þau lögðu af stað óþekkta slóð þar sem öðrum hafði mistekist.
Se deslizaron en trineo setenta millas por el congelado río Yukón.
Þau óku sjötíu mílur upp frosna Yukon-fljótið.
Giraron a la izquierda y siguieron el sendero hacia Stewart.
Þau beygðu til vinstri og fylgdu slóðinni inn í Stewart-ána.
Pasaron Mayo y McQuestion y siguieron adelante.
Þau héldu fram hjá Mayo og McQuestion og héldu lengra áfram.
El río Stewart se encogió y se convirtió en un arroyo, atravesando picos irregulares.
Stewart-áin minnkaði í læk, sem lá eftir hvössum tindum.
Estos picos afilados marcaban la columna vertebral del continente.

Þessir hvassu tindar markaði sjálfan hrygg álfunnar.
John Thornton exigía poco a los hombres y a la tierra salvaje.
John Thornton krafðist lítils af mönnum eða óbyggðum.
No temía a nada de la naturaleza y se enfrentaba a lo salvaje con facilidad.
Hann óttaðist ekkert í náttúrunni og tókst á við óbyggðirnar af léttleika.
Con sólo sal y un rifle, podría viajar a donde quisiera.
Með aðeins salti og riffli gat hann ferðast hvert sem hann vildi.
Al igual que los nativos, cazaba alimentos mientras viajaba.
Eins og innfæddir veiddi hann mat á ferðalögum sínum.
Si no pescaba nada, seguía adelante, confiando en que la suerte le acompañaría.
Ef hann fékk ekkert, hélt hann áfram og treysti á heppnina.
En este largo viaje, la carne era lo principal que comían.
Í þessari löngu ferð var kjöt aðalátið þeirra.
El trineo contenía herramientas y municiones, pero no un horario estricto.
Sleðinn var með verkfæri og skotfæri, en engin ströng tímaáætlun.
A Buck le encantaba este vagabundeo, la caza y la pesca interminables.
Buck elskaði þessa flakk; endalausu veiðarnar og fiskveiðarnar.
Durante semanas estuvieron viajando día tras día.
Í vikur voru þau á ferð, dag eftir dag.
Otras veces montaban campamentos y permanecían allí durante semanas.
Öðrum sinnum settu þeir upp tjaldbúðir og dvöldu kyrr í margar vikur.
Los perros descansaron mientras los hombres cavaban en la tierra congelada.
Hundarnir hvíldu sig á meðan mennirnir grófu í gegnum frosna mold.
Calentaron sartenes sobre el fuego y buscaron oro escondido.
Þau hituðu pönnur yfir eldum og leituðu að földu gulli.

Algunos días pasaban hambre y otros días tenían fiestas.
Suma daga sveltu þau og aðra daga héldu þau veislur.
Sus comidas dependían de la presa y de la suerte de la caza.
Matur þeirra var háður veiðinni og heppni veiðarinnar.
Cuando llegaba el verano, los hombres y los perros cargaban cargas sobre sus espaldas.
Þegar sumarið kom báru menn og hundar farmi á bakinu.
Navegaron por lagos azules escondidos en bosques de montaña.
Þau sigldu yfir blá vötn sem voru falin í fjallaskógum.
Navegaban en delgadas embarcaciones por ríos que ningún hombre había cartografiado jamás.
Þeir sigldu mjóum bátum á ám sem enginn maður hafði nokkurn tímann kortlagt.
Esos barcos se construyeron a partir de árboles que cortaban en la naturaleza.
Þessir bátar voru smíðaðir úr trjám sem þeir saguðu í náttúrunni.

Los meses pasaron y ellos serpentearon por tierras salvajes y desconocidas.
Mánuðirnir liðu og þeir þyrptust um óbyggð óþekkt lönd.
No había hombres allí, aunque había rastros antiguos que indicaban que había habido hombres.
Þar voru engir menn, en gömul ummerki bentu til þess að menn hefðu verið þar.
Si la Cabaña Perdida fue real, entonces otras personas habían pasado por allí alguna vez.
Ef Týnda kofann var raunveruleg, þá höfðu aðrir einu sinni komið þessa leið.
Cruzaron pasos altos en medio de tormentas de nieve, incluso en verano.
Þeir fóru yfir há slóðir í snjóbyljum, jafnvel á sumrin.
Temblaban bajo el sol de medianoche en las laderas desnudas de las montañas.
Þau skjálfuðu undir miðnætursólinni á berum fjallshlíðunum.

Entre la línea de árboles y los campos de nieve, subieron lentamente.
Milli trjálínunnar og snjóbreiðanna klifruðu þau hægt.
En los valles cálidos, aplastaban nubes de mosquitos y moscas.
Í hlýjum dölum börðu þeir á ský af mýi og flugum.
Recogieron bayas dulces cerca de los glaciares en plena floración del verano.
Þau tíndu sæt ber nálægt jöklum í fullum sumarblóma.
Las flores que encontraron eran tan hermosas como las de las Tierras del Sur.
Blómin sem þau fundu voru jafn falleg og þau sem eru á Suðurlandi.
Ese otoño llegaron a una región solitaria llena de lagos silenciosos.
Um haustið komust þau að einmanalegu svæði fullu af kyrrlátum vötnum.
La tierra estaba triste y vacía, una vez llena de pájaros y bestias.
Landið var dapurlegt og tómt, eitt sinn fullt af fuglum og dýrum.
Ahora no había vida, sólo el viento y el hielo formándose en charcos.
Nú var ekkert líf, bara vindurinn og ísinn sem myndaðist í pollum.
Las olas golpeaban las orillas vacías con un sonido suave y triste.
Bylgjur skullu á tómum ströndum með mjúkum, dapurlegum hljóði.

Llegó otro invierno y volvieron a seguir los viejos y tenues senderos.
Annar vetur kom og þau fylgdu aftur óljósum, gömlum slóðum.
Éstos eran los rastros de hombres que habían buscado mucho antes que ellos.
Þetta voru slóðir manna sem höfðu leitað löngu á undan þeim.

Un día encontraron un camino que se adentraba profundamente en el bosque oscuro.
Einu sinni fundu þau slóð sem var höggvin djúpt inn í dimman skóg.
Era un sendero antiguo y sintieron que la cabaña perdida estaba cerca.
Þetta var gömul slóð og þeim fannst týnda kofann vera nálægt.
Pero el sendero no conducía a ninguna parte y se perdía en el espeso bosque.
En slóðin lá hvergi og hvarf inn í þéttan skóg.
Nadie sabe quién hizo el sendero ni por qué lo hizo.
Hver sem gerði slóðina, og hvers vegna, vissi enginn.
Más tarde encontraron los restos de una cabaña escondidos entre los árboles.
Seinna fundu þeir flak af skála falið meðal trjánna.
Mantas podridas yacían esparcidas donde alguna vez alguien había dormido.
Rotnandi teppi lágu dreifð þar sem einhver hafði eitt sinn sofið.
John Thornton encontró una pistola de chispa de cañón largo enterrada en el interior.
John Thornton fann flintlás með löngu hlaupi grafinn inni í honum.
Sabía que se trataba de un cañón de la Bahía de Hudson desde los primeros días de su comercialización.
Hann vissi að þetta var fallbyssa frá Hudsonflóa frá fyrstu viðskiptadögum.
En aquella época, estas armas se intercambiaban por montones de pieles de castor.
Á þeim tíma voru slíkar byssur skipt fyrir stafla af beverskinnum.
Eso fue todo: no quedó ninguna pista del hombre que construyó el albergue.
Þetta var allt og sumt — engin vísbending var eftir um manninn sem byggði skálann.

Llegó nuevamente la primavera y no encontraron ninguna señal de la Cabaña Perdida.
Vorið kom aftur og þau fundu engin merki um Týnda kofann.
En lugar de eso encontraron un valle amplio con un arroyo poco profundo.
Í staðinn fundu þeir breiðan dal með grunnum læk.
El oro se extendía sobre el fondo de las sartenes como mantequilla suave y amarilla.
Gull lá á botninum á pönnunni eins og slétt, gult smjör.
Se detuvieron allí y no buscaron más la cabaña.
Þar námu þau staðar og leituðu ekki lengra að kofanum.
Cada día trabajaban y encontraban miles en polvo de oro.
Á hverjum degi unnu þau og fundu þúsundir í gulldufti.
Empaquetaron el oro en bolsas de piel de alce, de cincuenta libras cada una.
Þeir pökkuðu gullinu í poka úr elgshúð, fimmtíu pund hver.
Las bolsas estaban apiladas como leña afuera de su pequeña cabaña.
Pokarnir voru staflaðir eins og eldiviður fyrir utan litla kofann þeirra.
Trabajaron como gigantes y los días pasaban como sueños rápidos.
Þau unnu eins og risar og dagarnir liðu eins og fljótir draumar.
Acumularon tesoros a medida que los días interminables transcurrían rápidamente.
Þau söfnuðu fjársjóðum á meðan endalausir dagar liðu hratt hjá.
Los perros no tenían mucho que hacer excepto transportar carne de vez en cuando.
Hundarnir höfðu lítið að gera nema að draga kjöt af og til.
Thornton cazó y mató el animal, y Buck se quedó tendido junto al fuego.
Thornton veiddi og drap villibráðina, og Buck lá við eldinn.
Pasó largas horas en silencio, perdido en sus pensamientos y recuerdos.

Hann eyddi löngum stundum í þögn, sokkinn í hugsanir og minningar.
La imagen del hombre peludo venía cada vez más a la mente de Buck.
Myndin af loðna manninum kom oftar upp í huga Bucks.
Ahora que el trabajo escaseaba, Buck soñaba mientras parpadeaba ante el fuego.
Nú þegar vinnan var af skornum skammti, dreymdi Buck á meðan hann blikkaði augunum við eldinn.
En esos sueños, Buck vagaba con el hombre en otro mundo.
Í þessum draumum reikaði Buck með manninum um annan heim.
El miedo parecía el sentimiento más fuerte en ese mundo distante.
Ótti virtist sterkasta tilfinningin í þeim fjarlæga heimi.
Buck vio al hombre peludo dormir con la cabeza gacha.
Buck sá loðna manninn sofa með höfuðið niðurbeygt.
Tenía las manos entrelazadas y su sueño era inquieto y entrecortado.
Hendur hans voru krepptar og svefninn var órólegur og truflaður.
Solía despertarse sobresaltado y mirar con miedo hacia la oscuridad.
Hann vaknaði vanur að kippast við og stara hræddur út í myrkrið.
Luego echaba más leña al fuego para mantener la llama brillante.
Svo kastaði hann meiri við á eldinn til að halda loganum björtum.
A veces caminaban por una playa junto a un mar gris e interminable.
Stundum gengu þau meðfram strönd við gráan, endalausan sjó.
El hombre peludo recogía mariscos y los comía mientras caminaba.
Loðni maðurinn tíndi skelfisk og át hann á göngu sinni.
Sus ojos buscaban siempre peligros ocultos en las sombras.

Augu hans leituðu stöðugt að földum hættum í skuggunum.
Sus piernas siempre estaban listas para correr ante la primera señal de amenaza.
Fætur hans voru alltaf tilbúnir til að spretta við fyrstu ógnarmerki.
Se arrastraron por el bosque, silenciosos y cautelosos, uno al lado del otro.
Þau læddust gegnum skóginn, þögul og varkár, hlið við hlið.
Buck lo siguió de cerca y ambos se mantuvieron alerta.
Buck fylgdi á eftir honum og þeir voru báðir vakandi.
Sus orejas se movían y temblaban, sus narices olfateaban el aire.
Eyrun þeirra kipptust og hreyfðust, nef þeirra þefuðu út í loftið.
El hombre podía oír y oler el bosque tan agudamente como Buck.
Maðurinn heyrði og lyktaði skógarins jafn skarpt og Buck.
El hombre peludo se balanceó entre los árboles con una velocidad repentina.
Loðni maðurinn sveiflaðist gegnum trén með skyndilegum hraða.
Saltaba de rama en rama sin perder nunca su agarre.
Hann stökk af grein í grein og missti aldrei takið.
Se movió tan rápido sobre el suelo como sobre él.
Hann hreyfði sig jafn hratt yfir jörðinni og hann gerði á henni.
Buck recordó las largas noches bajo los árboles, haciendo guardia.
Buck minntist langra nætur undir trjánum, þar sem hann hélt vörð.
El hombre dormía recostado en las ramas, aferrado fuertemente.
Maðurinn svaf í greinunum, klamraði sér fast um þau.
Esta visión del hombre peludo estaba estrechamente ligada al llamado profundo.
Þessi sýn af loðna manninum var nátengd djúpu kallinu.
El llamado aún resonaba en el bosque con una fuerza inquietante.

Kallið hljómaði enn um skóginn með ásæknum krafti.
La llamada llenó a Buck de anhelo y una inquieta sensación de alegría.
Símtalið fyllti Buck löngun og eirðarlausri gleði.
Sintió impulsos y agitaciones extrañas que no podía nombrar.
Hann fann fyrir undarlegum löngunum og tilfinningum sem hann gat ekki nefnt.
A veces seguía la llamada hasta lo profundo del tranquilo bosque.
Stundum fylgdi hann kallinu djúpt inn í kyrrláta skóginn.
Buscó el llamado, ladrando suave o agudamente mientras caminaba.
Hann leitaði að kölluninni, gelti lágt eða hvasst á leiðinni.
Olfateó el musgo y la tierra negra donde crecían las hierbas.
Hann þefaði af mosanum og svörtu moldinni þar sem grasið óx.
Resopló de alegría ante los ricos olores de la tierra profunda.
Hann fnösti af ánægju við ríkulega ilminn af djúpi jarðarinnar.
Se agazapó durante horas detrás de troncos cubiertos de hongos.
Hann kraup í marga klukkutíma á bak við stofna sem voru þaktir sveppum.
Se quedó quieto, escuchando con los ojos muy abiertos cada pequeño sonido.
Hann stóð grafkyrr og hlustaði með stórum augum á hvert einasta hljóð.
Quizás esperaba sorprender al objeto que le había hecho el llamado.
Hann kann að hafa vonast til að koma því sem kallaði á óvart.
Él no sabía por qué actuaba así: simplemente lo hacía.
Hann vissi ekki hvers vegna hann hagaði sér svona — hann einfaldlega gerði það.
Los impulsos venían desde lo más profundo, más allá del pensamiento o la razón.
Þráin kom djúpt að innan, handan við hugsun eða skynsemi.

Impulsos irresistibles se apoderaron de Buck sin previo aviso ni razón.
Ómótstæðilegar hvatir greipu Buck án viðvörunar eða ástæðu.
A veces dormitaba perezosamente en el campamento bajo el calor del mediodía.
Stundum blundaði hann rólega í tjaldbúðunum í hádegishitanum.
De repente, su cabeza se levantó y sus orejas se levantaron en alerta.
Skyndilega lyftist höfuðið og eyrun skjóta upp, vakandi.
Entonces se levantó de un salto y se lanzó hacia lo salvaje sin detenerse.
Þá stökk hann á fætur og þaut út í óbyggðirnar án þess að stoppa.
Corrió durante horas por senderos forestales y espacios abiertos.
Hann hljóp í marga klukkutíma um skógarstíga og opnar svæði.
Le encantaba seguir los lechos de los arroyos secos y espiar a los pájaros en los árboles.
Hann elskaði að fylgja þurrum lækjarfarvegum og njósna um fugla í trjánum.
Podría permanecer escondido todo el día, mirando a las perdices pavonearse.
Hann gæti legið í felum allan daginn og horft á gröfturnar spóka sig um.
Ellos tamborilearon y marcharon, sin percatarse de la presencia todavía de Buck.
Þau trommuðu og gengu, ómeðvituð um nærveru Bucks.
Pero lo que más le gustaba era correr al atardecer en verano.
En það sem hann elskaði mest var að hlaupa í rökkrinu á sumrin.
La tenue luz y los sonidos soñolientos del bosque lo llenaron de alegría.
Dauft ljós og syfjandi skógarhljóð fylltu hann gleði.
Leyó las señales del bosque tan claramente como un hombre lee un libro.

Hann las merkin í skóginum eins skýrt og maður les bók.
Y siempre buscaba aquella cosa extraña que lo llamaba.
Og hann leitaði alltaf að því undarlega sem kallaði á hann.
Ese llamado nunca se detuvo: lo alcanzaba despierto o dormido.
Þetta kall hætti aldrei — það náði til hans hvort sem hann var vakandi eða sofandi.

Una noche, se despertó sobresaltado, con los ojos alerta y las orejas alerta.
Eina nóttina vaknaði hann með hryllingi, augun hvöss og eyrun hátt.
Sus fosas nasales se crisparon mientras su melena se erizaba en ondas.
Nös hans kipptust til þegar fax hans stóð eins og öldur.
Desde lo profundo del bosque volvió a oírse el sonido, el viejo llamado.
Djúpt úr skóginum barst hljóðið aftur, gamla kallið.
Esta vez el sonido sonó claro, un aullido largo, inquietante y familiar.
Að þessu sinni ómaði hljóðið greinilega, langt, ásækið og kunnuglegt úlf.
Era como el grito de un husky, pero extraño y salvaje en tono.
Það var eins og óp husky-hunds, en undarlegur og villtur í röddu.
Buck reconoció el sonido al instante: había oído exactamente el mismo sonido hacía mucho tiempo.
Buck þekkti hljóðið strax — hann hafði heyrt nákvæmlega þetta hljóð fyrir löngu síðan.
Saltó a través del campamento y desapareció rápidamente en el bosque.
Hann stökk í gegnum tjaldstæðið og hvarf snögglega inn í skóginn.
A medida que se acercaba al sonido, disminuyó la velocidad y se movió con cuidado.

Þegar hann nálgaðist hljóðið hægði hann á sér og hreyfði sig varlega.
Pronto llegó a un claro entre espesos pinos.
Fljótlega kom hann að rjóðri milli þéttra furutrjáa.
Allí, erguido sobre sus cuartos traseros, estaba sentado un lobo de bosque alto y delgado.
Þar, uppréttur á hækjum sér, sat hár, grannur skógarúlfur.
La nariz del lobo apuntaba hacia el cielo, todavía haciendo eco del llamado.
Trýni úlfsins benti til himins, enn að enduróma kallið.
Buck no había emitido ningún sonido, pero el lobo se detuvo y escuchó.
Buck hafði ekki gefið frá sér hljóð, en samt stoppaði úlfurinn og hlustaði.
Sintiendo algo, el lobo se tensó y buscó en la oscuridad.
Úlfurinn fann eitthvað, spenntist upp og leitaði í myrkrinu.
Buck apareció sigilosamente, con el cuerpo agachado y los pies quietos sobre el suelo.
Buck læddist í sjóinn, líkami lágt, fæturnir kyrrir á jörðinni.
Su cola estaba recta y su cuerpo enroscado por la tensión.
Halinn hans var beinn, líkami hans þéttvaxinn af spennu.
Mostró al mismo tiempo una amenaza y una especie de amistad ruda.
Hann sýndi bæði ógn og eins konar grófa vináttu.
Fue el saludo cauteloso que compartían las bestias salvajes.
Þetta var varkár kveðja sem villidýr deildu.
Pero el lobo se dio la vuelta y huyó tan pronto como vio a Buck.
En úlfurinn sneri sér við og flúði um leið og hann sá Buck.
Buck lo persiguió, saltando salvajemente, ansioso por alcanzarlo.
Buck elti hann, stökk villt, ákafur að ná honum.
Siguió al lobo hasta un arroyo seco bloqueado por un atasco de madera.
Hann fylgdi úlfinum inn í þurran læk sem var stíflaður af skógarþröskuldi.
Acorralado, el lobo giró y se mantuvo firme.

Í horni snéri úlfurinn sér við og stóð fast á sínu.
El lobo gruñó y mordió a su presa como un perro husky atrapado en una pelea.
Úlfurinn urraði og skein eins og fastur huskyhundur í slagsmálum.
Los dientes del lobo chasquearon rápidamente y su cuerpo se erizó de furia salvaje.
Tennur úlfsins smelltu hratt, líkami hans stirðnaði af villtri reiði.
Buck no atacó, sino que rodeó al lobo con cautelosa amabilidad.
Buck réðst ekki á heldur gekk í kringum úlfinn af varkárri vinsemd.
Intentó bloquear su escape con movimientos lentos e inofensivos.
Hann reyndi að koma í veg fyrir flótta sinn með hægum, skaðlausum hreyfingum.
El lobo estaba cauteloso y asustado: Buck pesaba tres veces más que él.
Úlfurinn var varkár og hræddur — Buck var þrisvar sinnum sterkari en hann.
La cabeza del lobo apenas llegaba hasta el enorme hombro de Buck.
Höfuð úlfsins náði varla upp að stórum öxl Bucks.
Al acecho de un hueco, el lobo salió disparado y la persecución comenzó de nuevo.
Úlfurinn leitaði að gati, hljóp á brott og eftirförin hófst á ný.
Varias veces Buck lo acorraló y el baile se repitió.
Nokkrum sinnum þrýsti Buck honum í horn og dansinn endurtók sig.
El lobo estaba delgado y débil, de lo contrario Buck no podría haberlo atrapado.
Úlfurinn var magur og veikburða, annars hefði Buck ekki getað gripið hann.
Cada vez que Buck se acercaba, el lobo giraba y lo enfrentaba con miedo.

Í hvert sinn sem Buck nálgaðist sneri úlfurinn sér við og horfði á hann í ótta.
Luego, a la primera oportunidad, se lanzó de nuevo al bosque.
Svo við fyrsta tækifæri hljóp hann aftur út í skóginn.
Pero Buck no se dio por vencido y finalmente el lobo comenzó a confiar en él.
En Buck gafst ekki upp og að lokum fór úlfurinn að treysta honum.
Olió la nariz de Buck y los dos se pusieron juguetones y alertas.
Hann þefaði af nefi Bucks og þeir tveir urðu léttlyndir og vakandi.
Jugaban como animales salvajes, feroces pero tímidos en su alegría.
Þau léku sér eins og villidýr, grimm en feimin í gleði sinni.
Después de un rato, el lobo se alejó trotando con calma y propósito.
Eftir smá stund skokkaði úlfurinn af stað með rólegum ásetningi.
Le demostró claramente a Buck que tenía la intención de que lo siguieran.
Hann sýndi Buck greinilega að hann ætlaði sér að vera elti.
Corrieron uno al lado del otro a través de la penumbra del crepúsculo.
Þau hlupu hlið við hlið gegnum dimman sólsetur.
Siguieron el lecho del arroyo hasta el desfiladero rocoso.
Þau fylgdu lækjarfarveginum upp í grýtta gljúfrið.
Cruzaron una divisoria fría donde había comenzado el arroyo.
Þau fóru yfir kalda kjörgjá þar sem straumurinn hafði byrjað.
En la ladera más alejada encontraron un extenso bosque y numerosos arroyos.
Á fjær hlíðinni fundu þeir víðáttumikinn skóg og margar læki.
Por esta vasta tierra corrieron durante horas sin parar.
Um þetta víðáttumikla land hlupu þau klukkustundum saman án þess að stoppa.

El sol salió más alto, el aire se calentó, pero ellos siguieron corriendo.
Sólin reis hærra, loftið hlýnaði, en þau hlupu áfram.
Buck estaba lleno de alegría: sabía que estaba respondiendo a su llamado.
Buck var fullur gleði — hann vissi að hann var að svara kalli sínu.
Corrió junto a su hermano del bosque, más cerca de la fuente del llamado.
Hann hljóp við hlið skógarbróður síns, nær upptökum kallsins.
Los viejos sentimientos regresaron, poderosos y difíciles de ignorar.
Gamlar tilfinningar komu aftur, sterkar og erfitt að hunsa.
Éstas eran las verdades detrás de los recuerdos de sus sueños.
Þetta voru sannleikarnir á bak við minningarnar úr draumum hans.
Todo esto ya lo había hecho antes, en un mundo distante y sombrío.
Hann hafði gert allt þetta áður í fjarlægum og skuggalegum heimi.
Ahora lo hizo de nuevo, corriendo salvajemente con el cielo abierto encima.
Nú gerði hann þetta aftur, hljóp villt út um opinn himininn fyrir ofan.
Se detuvieron en un arroyo para beber del agua fría que fluía.
Þau stöðvuðust við læk til að drekka úr köldu, rennandi vatninu.
Mientras bebía, Buck de repente recordó a John Thornton.
Þegar hann drakk mundi Buck skyndilega eftir John Thornton.
Se sentó en silencio, desgarrado por la atracción de la lealtad y el llamado.
Hann settist niður þögull, klofinn í sundur af togi hollustunnar og köllunarinnar.

El lobo siguió trotando, pero regresó para impulsar a Buck a seguir adelante.
Úlfurinn trakk áfram en kom aftur til að hvetja Buck áfram.
Le olisqueó la nariz y trató de convencerlo con gestos suaves.
Hann þefaði á nefinu og reyndi að lokka hann með mjúkum bendingum.
Pero Buck se dio la vuelta y comenzó a regresar por donde había venido.
En Buck sneri sér við og hélt áfram sömu leið og hann kom.
El lobo corrió a su lado durante un largo rato, gimiendo silenciosamente.
Úlfurinn hljóp við hlið hans lengi og kveinaði lágt.
Luego se sentó, levantó la nariz y dejó escapar un largo aullido.
Svo settist hann niður, lyfti nefinu og kveinaði langt.
Fue un grito triste, que se suavizó cuando Buck se alejó.
Það var dapurlegt grát, sem mildaðist er Buck gekk í burtu.
Buck escuchó mientras el sonido del grito se desvanecía lentamente en el silencio del bosque.
Buck hlustaði á meðan ópið hvarf hægt og rólega í þögn skógarins.
John Thornton estaba cenando cuando Buck irrumpió en el campamento.
John Thornton var að borða kvöldmat þegar Buck ruddist inn í tjaldbúðirnar.
Buck saltó sobre él salvajemente, lamiéndolo, mordiéndolo y haciéndolo caer.
Buck stökk á hann eins og villtur maður, sleikti hann, beit og velti honum um koll.
Lo derribó, se subió encima y le besó la cara.
Hann velti honum um koll, klifraði ofan á hann og kyssti hann á andlitið.
Thornton lo llamó con cariño "hacer el tonto en general".
Thornton kallaði þetta að „leika almennan fífl" af ástúð.
Mientras tanto, maldijo a Buck suavemente y lo sacudió de un lado a otro.

Allan tímann formælti hann Buck blíðlega og hristi hann fram og til baka.

Durante dos días y dos noches enteras, Buck no abandonó el campamento ni una sola vez.

Í tvo heila daga og nætur yfirgaf Buck aldrei búðirnar.

Se mantuvo cerca de Thornton y nunca lo perdió de vista.

Hann hélt sig nálægt Thornton og lét hann aldrei úr augsýn.

Lo siguió mientras trabajaba y lo observó mientras comía.

Hann fylgdi honum á meðan hann vann og horfði á hann á meðan hann borðaði.

Acompañaba a Thornton con sus mantas por la noche y lo salía cada mañana.

Hann sá Thornton ofan í teppi sín á kvöldin og úti á hverjum morgni.

Pero pronto el llamado del bosque regresó, más fuerte que nunca.

En fljótlega kom skógarkallið aftur, háværara en nokkru sinni fyrr.

Buck volvió a inquietarse, agitado por los pensamientos del lobo salvaje.

Buck varð órólegur aftur, hrærður við hugsanir um villta úlfinn.

Recordó el terreno abierto y correr uno al lado del otro.

Hann mundi eftir opna landinu og því að hlaupa hlið við hlið.

Comenzó a vagar por el bosque una vez más, solo y alerta.

Hann byrjaði að reika inn í skóginn á ný, einn og vakandi.

Pero el hermano salvaje no regresó y el aullido no se escuchó.

En villibróðurinn sneri ekki aftur og úlfurinn heyrðist ekki.

Buck comenzó a dormir a la intemperie, manteniéndose alejado durante días.

Buck byrjaði að sofa úti og var fjarri í marga daga í senn.

Una vez cruzó la alta divisoria donde había comenzado el arroyo.

Einu sinni fór hann yfir háa kjörsvæðið þar sem lækurinn hafði byrjað.

Entró en la tierra de la madera oscura y de los arroyos anchos y fluidos.
Hann gekk inn í land dökkra viðarins og breiðra, rennandi lækja.
Durante una semana vagó en busca de señales del hermano salvaje.
Í heila viku flakkaði hann um, leitandi að merkjum um villta bróðurinn.
Mataba su propia carne y viajaba con pasos largos e incansables.
Hann slátraði sínu eigin kjöti og ferðaðist löngum, óþreytandi skrefum.
Pescaba salmón en un ancho río que llegaba al mar.
Hann veiddi lax í breiðri á sem rann til sjávar.
Allí luchó y mató a un oso negro enloquecido por los insectos.
Þar barðist hann við svartan björn sem var orðinn brjálaður af skordýrum og drap hann.
El oso estaba pescando y corrió ciegamente entre los árboles.
Björninn hafði verið að veiða og hljóp blint gegnum trén.
La batalla fue feroz y despertó el profundo espíritu de lucha de Buck.
Bardaginn var hörð og vakti djúpan baráttuanda Bucks.
Dos días después, Buck regresó y encontró glotones en su presa.
Tveimur dögum síðar kom Buck aftur og fann jarfa við bráð sína.
Una docena de ellos se pelearon con furia y ruidosidad por la carne.
Tylft þeirra rifust um kjötið í hávaðasömum reiði.
Buck cargó y los dispersó como hojas en el viento.
Buck réðst á og dreifði þeim eins og laufum í vindinum.
Dos lobos permanecieron atrás, silenciosos, sin vida e inmóviles para siempre.
Tveir úlfar urðu eftir — þöglir, líflausir og hreyfingarlausir að eilífu.
La sed de sangre se hizo más fuerte que nunca.

Blóðþorstinn varð sterkari en nokkru sinni fyrr.
Buck era un cazador, un asesino, que se alimentaba de criaturas vivas.
Buck var veiðimaður, morðingi, sem nærist á lifandi verum.
Sobrevivió solo, confiando en su fuerza y sus sentidos agudos.
Hann lifði af einn, treystandi á styrk sinn og skarpa skynsemi.
Prosperó en la naturaleza, donde sólo los más resistentes podían vivir.
Hann dafnaði í náttúrunni, þar sem aðeins þeir hörðustu gátu lifað.
A partir de esto, un gran orgullo surgió y llenó todo el ser de Buck.
Upp frá þessu reis upp mikill stoltur og fyllti alla veru Bucks.
Su orgullo se reflejaba en cada uno de sus pasos, en el movimiento de cada músculo.
Stolt hans birtist í hverju skrefi hans, í öldunni í hverjum vöðva.
Su orgullo era tan claro como sus palabras, y se reflejaba en su manera de comportarse.
Stolt hans var eins skýrt og mál, sást á því hvernig hann bar sig.
Incluso su grueso pelaje parecía más majestuoso y brillaba más.
Jafnvel þykkur feldurinn hans leit tignarlegri út og glóði bjartara.
Buck podría haber sido confundido con un lobo gigante.
Buck gæti hafa verið ruglaður saman við risavaxinn skógarúlf.
A excepción del color marrón en el hocico y las manchas sobre los ojos.
Nema hvað hann er brúnn á trýninu og blettir fyrir ofan augun.
Y la raya blanca de pelo que corría por el centro de su pecho.
Og hvíta loðröndin sem lá niður eftir miðjum bringu hans.
Era incluso más grande que el lobo más grande de esa feroz raza.

Hann var jafnvel stærri en stærsti úlfurinn af þessari grimmdu kynstofni.
Su padre, un San Bernardo, le dio tamaño y complexión robusta.
Faðir hans, sem var Bernharðshundur, gaf honum stærð og þungan líkama.
Su madre, una pastora, moldeó esa masa hasta darle forma de lobo.
Móðir hans, sem var fjárhirðir, mótaði þennan massa í úlfslíka mynd.
Tenía el hocico largo de un lobo, aunque más pesado y ancho.
Hann hafði langan trýni eins og úlfur, þótt hann væri þyngri og breiðari.
Su cabeza era la de un lobo, pero construida en una escala enorme y majestuosa.
Höfuð hans var úlfs, en smíðað í gríðarlegum og tignarlegum mæli.
La astucia de Buck era la astucia del lobo y de la naturaleza.
Slægð Bucks var slægð úlfsins og villidýranna.
Su inteligencia provenía tanto del pastor alemán como del san bernardo.
Greind hans kom bæði frá þýska fjárhundinum og Sankti Bernharði.
Todo esto, más la dura experiencia, lo convirtieron en una criatura temible.
Allt þetta, ásamt erfiðri reynslu, gerði hann að ógnvekjandi veru.
Era tan formidable como cualquier bestia que vagaba por las tierras salvajes del norte.
Hann var jafn ógnvekjandi og hvaða dýr sem reikaði um norðurlöndin.
Viviendo sólo de carne, Buck alcanzó el máximo nivel de su fuerza.
Buck lifði eingöngu á kjöti og náði hámarki styrks síns.
Rebosaba poder y fuerza masculina en cada fibra de él.

Hann barst yfir af krafti og karlmannlegum krafti í hverjum einasta trefja af sér.
Cuando Thornton le acarició la espalda, sus pelos brillaron con energía.
Þegar Thornton strauk honum um bakið glitruðu hárin af orku.
Cada cabello crujió, cargado con el toque de un magnetismo vivo.
Hvert hár sprakkaði, hlaðið snertingu lifandi segulmagnaðs.
Su cuerpo y su cerebro estaban afinados al máximo nivel posible.
Líkami hans og heili voru stillt á besta mögulega tónhæð.
Cada nervio, fibra y músculo trabajaba en perfecta armonía.
Sérhver taug, þráður og vöðvi störfuðu í fullkominni samhljóm.
Ante cualquier sonido o visión que requiriera acción, él respondía instantáneamente.
Við hverju hljóði eða sjón sem þurfti að bregðast við, brást hann samstundis við.
Si un husky saltaba para atacar, Buck podía saltar el doble de rápido.
Ef husky-hundur stökk til árásar, gæti Buck stokkið tvöfalt hraðar.
Reaccionó más rápido de lo que los demás pudieron verlo o escuchar.
Hann brást hraðar við en aðrir gátu jafnvel séð eða heyrt.
La percepción, la decisión y la acción se produjeron en un momento fluido.
Skynjun, ákvörðun og aðgerð komu allt í einni fljótandi augnabliki.
En realidad, estos actos fueron separados, pero demasiado rápidos para notarlos.
Í raun voru þessar athafnir aðskildar en of fljótar til að taka eftir þeim.
Los intervalos entre estos actos fueron tan breves que parecían uno solo.

Svo stutt voru bilin á milli þessara athafna að þau virtust vera ein heild.
Sus músculos y su ser eran como resortes fuertemente enrollados.
Vöðvar hans og vera voru eins og þéttvaxnir gormar.
Su cuerpo rebosaba de vida, salvaje y alegre en su poder.
Líkami hans iðaði af lífi, villtur og gleðilegur í krafti sínum.
A veces sentía como si la fuerza fuera a estallar fuera de él por completo.
Stundum fannst honum eins og krafturinn myndi springa úr honum alveg.
"Nunca vi un perro así", dijo Thornton un día tranquilo.
„Aldrei hefur slíkur hundur verið til," sagði Thornton einn kyrrlátan dag.
Los socios observaron a Buck alejarse orgullosamente del campamento.
Félagarnir horfðu á Buck ganga stoltur út úr búðunum.
"Cuando lo crearon, cambió lo que un perro puede ser", dijo Pete.
„Þegar hann varð til breytti hann því hvernig hundur getur verið," sagði Pete.
—¡Por Dios! Yo también lo creo —respondió Hans rápidamente.
„Við Jesú! Ég held það sjálfur," samþykkti Hans fljótt.
Lo vieron marcharse, pero no el cambio que vino después.
Þau sáu hann ganga burt, en ekki breytinguna sem kom á eftir.
Tan pronto como entró en el bosque, Buck se transformó por completo.
Um leið og hann kom inn í skóginn umbreytist Buck gjörsamlega.
Ya no marchaba, sino que se movía como un fantasma salvaje entre los árboles.
Hann gekk ekki lengur, heldur færði sig eins og villtur draugur meðal trjánna.
Se quedó en silencio, con pasos de gato, un destello que pasaba entre las sombras.

Hann þagnaði, eins og köttur, eins og blikur sem leið gegnum skuggana.
Utilizó la cubierta con habilidad, arrastrándose sobre su vientre como una serpiente.
Hann notaði skjól af list og skreið á maganum eins og snákur.
Y como una serpiente, podía saltar hacia adelante y atacar en silencio.
Og eins og snákur gat hann stokkið fram og höggvið í þögn.
Podría robar una perdiz nival directamente de su nido escondido.
Hann gæti stolið rjúpu beint úr földu hreiðri hennar.
Mató conejos dormidos sin hacer un solo sonido.
Hann drap sofandi kanínur án þess að gefa eitt einasta hljóð.
Podía atrapar ardillas en el aire cuando huían demasiado lentamente.
Hann gat gripið íkorna í loftinu þar sem þeir flúðu of hægt.
Ni siquiera los peces en los estanques podían escapar de sus ataques repentinos.
Jafnvel fiskar í pollum gátu ekki sloppið við skyndileg áföll hans.
Ni siquiera los castores más inteligentes que arreglaban presas estaban a salvo de él.
Ekki einu sinni klárir bebrar sem voru að gera við stíflur voru óhultir fyrir honum.
Él mataba por comida, no por diversión, pero prefería matar a sus propias víctimas.
Hann drap sér til matar, ekki til gamans — en hafði mest gaman af sínum eigin drápum.
Aun así, un humor astuto impregnaba algunas de sus cacerías silenciosas.
Samt sem áður var lúmskur húmor í gegnum sumar af þöglu veiðum hans.
Se acercó sigilosamente a las ardillas, pero las dejó escapar.
Hann læddist nærri íkornum, bara til að láta þá sleppa.
Iban a huir hacia los árboles, parloteando con terrible indignación.
Þau ætluðu að flýja til trjánna, spjallandi af óttafullri reiði.

A medida que llegaba el otoño, los alces comenzaron a aparecer en mayor número.
Þegar haustið skall á fóru elgir að birtast í auknum mæli.
Avanzaron lentamente hacia los valles bajos para encontrarse con el invierno.
Þau færðu sig hægt og rólega niður í lágu dalina til að takast á við veturinn.
Buck ya había derribado a un ternero joven y perdido.
Buck hafði þegar fellt einn ungan, týndan kálf.
Pero anhelaba enfrentarse a presas más grandes y peligrosas.
En hann þráði að horfast í augu við stærri og hættulegri bráð.
Un día, en la divisoria, a la altura del nacimiento del arroyo, encontró su oportunidad.
Dag einn á kjörstaðnum, við upptök lækjarins, fann hann tækifærið sitt.
Una manada de veinte alces había cruzado desde tierras boscosas.
Tuttugu elghjörð hafði komið yfir frá skógi vöxnum löndum.
Entre ellos había un poderoso toro; el líder del grupo.
Meðal þeirra var voldugur naut; leiðtogi hópsins.
El toro medía más de seis pies de alto y parecía feroz y salvaje.
Nautið var meira en sex fet á hæð og leit grimmilega og villt út.
Lanzó sus anchas astas, con catorce puntas ramificándose hacia afuera.
Hann kastaði breiðum hornum sínum, fjórtán oddar greinóttu út á við.
Las puntas de esas astas se extendían siete pies de ancho.
Endar þessara horna teygðust sjö fet í þvermál.
Sus pequeños ojos ardieron de rabia cuando vio a Buck cerca.
Lítil augu hans brunnu af reiði þegar hann sá Buck þar nærri.
Soltó un rugido furioso, temblando de furia y dolor.
Hann lét frá sér æpandi öskur, skjálfandi af reiði og sársauka.
Una punta de flecha sobresalía cerca de su flanco, emplumada y afilada.

Örvaroddur stóð út við hliðina á honum, fjaðurvaxinn og hvöss.
Esta herida ayudó a explicar su humor salvaje y amargado.
Þetta sár hjálpaði til við að útskýra grimmilega og bitra skapsveiflu hans.
Buck, guiado por su antiguo instinto de caza, hizo su movimiento.
Buck, leiddur af fornum veiðieðlishvötum, gerði sína ráðstöfun.
Su objetivo era separar al toro del resto de la manada.
Hann stefndi að því að aðgreina nautið frá restinni af hjörðinni.
No fue una tarea fácil: requirió velocidad y una astucia feroz.
Þetta var ekki auðvelt verk — það krafðist hraða og mikillar slægðar.
Ladró y bailó cerca del toro, fuera de su alcance.
Hann gelti og dansaði nálægt nautinu, rétt utan seilingar.
El alce atacó con enormes pezuñas y astas mortales.
Elgurinn stökk fram með risavaxnum hófum og banvænum hornum.
Un golpe podría haber acabado con la vida de Buck en un instante.
Eitt högg hefði getað eyðilagt líf Bucks á augabragði.
Incapaz de dejar atrás la amenaza, el toro se volvió loco.
Ófær um að yfirgefa ógnina varð nautið brjálað.
Él cargó con furia, pero Buck siempre se le escapaba.
Hann réðst á í reiði, en Buck laumaðist alltaf undan.
Buck fingió debilidad, lo que lo alejó aún más de la manada.
Buck lét eins og hann væri veikburða og lokkaði hann lengra frá hjörðinni.
Pero los toros jóvenes estaban a punto de atacar para proteger al líder.
En ungir nautgripir ætluðu að sækja til baka til að vernda leiðtogann.
Obligaron a Buck a retirarse y al toro a reincorporarse al grupo.

Þeir neyddu Buck til að hörfa og nautið til að sameinast hópnum aftur.
Hay una paciencia en lo salvaje, profunda e imparable.
Það er þolinmæði í óbyggðunum, djúp og óstöðvandi.
Una araña espera inmóvil en su red durante incontables horas.
Könguló bíður hreyfingarlaus í vef sínum í óteljandi klukkustundir.
Una serpiente se enrosca sin moverse y espera hasta que llega el momento.
Snákur snýr sér án þess að kippast og bíður þangað til tíminn er kominn.
Una pantera acecha hasta que llega el momento.
Panter liggur í fyrirsát þar til augnablikið rennur upp.
Ésta es la paciencia de los depredadores que cazan para sobrevivir.
Þetta er þolinmæði rándýra sem veiða til að lifa af.
Esa misma paciencia ardía dentro de Buck mientras se quedaba cerca.
Sama þolinmæði brann innra með Buck þegar hann var nálægt.
Se quedó cerca de la manada, frenando su marcha y sembrando el miedo.
Hann hélt sig nálægt hjörðinni, hægði á göngu hennar og vakti ótta.
Provocaba a los toros jóvenes y acosaba a las vacas madres.
Hann stríddi ungu nautin og áreitti kýrnar.
Empujó al toro herido hacia una rabia más profunda e impotente.
Hann rak særða nautið út í dýpri og hjálparvana reiði.
Durante medio día, la lucha se prolongó sin descanso alguno.
Í hálfan dag dróst baráttan áfram án þess að nokkur hvíld fengi sér.
Buck atacó desde todos los ángulos, rápido y feroz como el viento.

Buck réðst á úr öllum áttum, hratt og grimmur eins og vindurinn.

Impidió que el toro descansara o se escondiera con su manada.

Hann kom í veg fyrir að nautið hvíldi sig eða feli sig með hjörð sinni.

Buck desgastó la voluntad del alce más rápido que su cuerpo.

Buck þreytti vilja elgsins hraðar en líkami hans.

El día transcurrió y el sol se hundió en el cielo del noroeste.

Dagurinn leið og sólin sökk lágt á norðvesturhimninum.

Los toros jóvenes regresaron más lentamente para ayudar a su líder.

Ungu nautarnir sneru hægar aftur til að hjálpa leiðtoganum sínum.

Las noches de otoño habían regresado y la oscuridad ahora duraba seis horas.

Haustnæturnar voru komnar aftur og myrkrið varði nú í sex klukkustundir.

El invierno los estaba empujando cuesta abajo hacia valles más seguros y cálidos.

Veturinn var að þrýsta þeim niður á við, niður í öruggari og hlýrri dali.

Pero aún así no pudieron escapar del cazador que los retenía.

En samt gátu þeir ekki flúið veiðimanninn sem hélt þeim til baka.

Sólo una vida estaba en juego: no la de la manada, sino la de su líder.

Aðeins eitt líf var í húfi — ekki líf hjarðarinnar, bara líf leiðtogans.

Eso hizo que la amenaza fuera distante y no su preocupación urgente.

Það gerði ógnina fjarlæga en ekki brýna áhyggjuefni þeirra.

Con el tiempo, aceptaron ese coste y dejaron que Buck se llevara al viejo toro.

Með tímanum samþykktu þeir þennan kostnað og létu Buck taka við gamla nautinu.

Al caer la tarde, el viejo toro permanecía con la cabeza gacha.
Þegar rökkrið skall á stóð gamli nautinn með höfuðið niður.
Observó cómo la manada que había guiado se desvanecía en la luz que se desvanecía.
Hann horfði á hjörðina, sem hann hafði leitt, hverfa í dvínandi ljósinu.
Había vacas que había conocido, terneros que una vez había engendrado.
Þar voru kýr sem hann hafði þekkt, kálfar sem hann hafði eitt sinn eignast.
Había toros más jóvenes con los que había luchado y gobernado en temporadas pasadas.
Það voru yngri naut sem hann hafði barist við og stjórnað fyrri tímabil.
No pudo seguirlos, pues frente a él estaba agazapado nuevamente Buck.
Hann gat ekki fylgt þeim — því að fyrir framan hann kraup Buck aftur.
El terror despiadado con colmillos bloqueó cualquier camino que pudiera tomar.
Hin miskunnarlausa, vígtennta ótti lokaði fyrir allar leiðir sem hann gæti farið.
El toro pesaba más de trescientos kilos de densa potencia.
Nautið vó meira en þrjú hundruð pund af þéttri afli.
Había vivido mucho tiempo y luchado con ahínco en un mundo de luchas.
Hann hafði lifað lengi og barist hart í heimi baráttunnar.
Pero ahora, al final, la muerte vino de una bestia muy inferior a él.
En nú, að lokum, kom dauðinn frá skepnu langt fyrir neðar honum.
La cabeza de Buck ni siquiera llegó a alcanzar las enormes rodillas del toro.
Höfuð Bucks náði ekki einu sinni upp að risavaxnum, hnjánum á nautinu.
A partir de ese momento, Buck permaneció con el toro noche y día.

Frá þeirri stundu var Buck hjá nautinu dag og nótt.
Nunca le dio descanso, nunca le permitió pastar ni beber.
Hann gaf honum aldrei hvíld, leyfði honum aldrei að beita mat eða drekka.
El toro intentó comer brotes tiernos de abedul y hojas de sauce.
Nautið reyndi að éta unga birkisprota og víðilauf.
Pero Buck lo ahuyentó, siempre alerta y siempre atacando.
En Buck rak hann í burtu, alltaf vakandi og alltaf að ráðast á.
Incluso ante arroyos que goteaban, Buck bloqueó cada intento de sed.
Jafnvel við síandi læki kom Buck í veg fyrir allar þyrstar tilraunir.
A veces, desesperado, el toro huía a toda velocidad.
Stundum, í örvæntingu, flúði nautið á fullum hraða.
Buck lo dejó correr, trotando tranquilamente detrás, nunca muy lejos.
Buck lét hann hlaupa, skokkaði rólega rétt á eftir honum, aldrei langt í burtu.
Cuando el alce se detuvo, Buck se acostó, pero se mantuvo listo.
Þegar elgurinn nam staðar lagðist Buck niður en var reiðubúinn.
Si el toro intentaba comer o beber, Buck atacaba con toda furia.
Ef nautið reyndi að borða eða drekka, þá sló Buck til af allri sinni heift.
La gran cabeza del toro se hundió aún más bajo sus enormes astas.
Stóri höfuð nautsins laut lægra undir víðáttumiklum hornunum.
Su paso se hizo más lento, el trote se hizo pesado, un paso tambaleante.
Hann hægði á sér, skokkið varð þungt; stamandi skref.
A menudo se quedaba quieto con las orejas caídas y la nariz pegada al suelo.

Hann stóð oft kyrr með niðurbeygð eyru og nefið niður að jörðinni.
Durante esos momentos, Buck se tomó tiempo para beber y descansar.
Á þessum stundum gaf Buck sér tíma til að drekka og hvíla sig.
Con la lengua afuera y los ojos fijos, Buck sintió que la tierra estaba cambiando.
Með tunguna úti, augun föst, fann Buck að landið var að breytast.
Sintió algo nuevo moviéndose a través del bosque y el cielo.
Hann fann eitthvað nýtt hreyfast um skóginn og himininn.
A medida que los alces regresaban, también lo hacían otras criaturas salvajes.
Þegar elgarnir komu aftur, gerðu aðrar dýr úr náttúrunni það líka.
La tierra se sentía viva, con presencia, invisible pero fuertemente conocida.
Landið fannst lifandi með nærveru, óséð en sterklega þekkt.
No fue por el sonido, ni por la vista, ni por el olfato que Buck supo esto.
Það var hvorki með hljóði, sjón né lykt sem Buck vissi þetta.
Un sentimiento más profundo le decía que nuevas fuerzas estaban en movimiento.
Dýpri tilfinning sagði honum að nýir kraftar væru á ferðinni.
Una vida extraña se agitaba en los bosques y a lo largo de los arroyos.
Undarlegt líf hrærðist í skóginum og meðfram lækjunum.
Decidió explorar este espíritu, después de que la caza se completara.
Hann ákvað að kanna þennan anda eftir að veiðinni væri lokið.
Al cuarto día, Buck finalmente logró derribar al alce.
Á fjórða degi náði Buck loksins að fella elginn.
Se quedó junto a la presa durante un día y una noche enteros, alimentándose y descansando.

Hann dvaldi við drápsveininn allan daginn og nóttina, át og hvíldi sig.

Comió, luego durmió, luego volvió a comer, hasta que estuvo fuerte y lleno.

Hann át, svaf svo og át svo aftur, þar til hann var orðinn sterkur og saddur.

Cuando estuvo listo, regresó hacia el campamento y Thornton.

Þegar hann var tilbúinn sneri hann sér aftur í átt að tjaldbúðunum og Thornton.

Con ritmo constante, inició el largo viaje de regreso a casa.

Með jöfnum hraða hóf hann hina löngu heimferð.

Corría con su incansable galope, hora tras hora, sin desviarse jamás.

Hann hljóp óþreytandi, klukkustund eftir klukkustund, án þess að villast eitt einasta sinn.

A través de tierras desconocidas, se movió recto como la aguja de una brújula.

Um óþekkt lönd ferðaðist hann eins og áttaviti.

Su sentido de la orientación hacía que el hombre y el mapa parecieran débiles en comparación.

Stefnuskyn hans lét mann og kort virðast veik í samanburði.

A medida que Buck corría, sentía con más fuerza la agitación en la tierra salvaje.

Þegar Buck hljóp, fann hann enn sterkar fyrir óróanum í óbyggðunum.

Era un nuevo tipo de vida, diferente a la de los tranquilos meses de verano.

Þetta var ný tegund lífs, ólíkt því sem var á kyrrlátu sumarmánuðunum.

Este sentimiento ya no llegaba como un mensaje sutil o distante.

Þessi tilfinning kom ekki lengur sem lúmsk eða fjarlæg skilaboð.

Ahora los pájaros hablaban de esta vida y las ardillas parloteaban sobre ella.

Nú töluðu fuglarnir um þetta líf og íkornarnir spjalluðu um það.
Incluso la brisa susurraba advertencias a través de los árboles silenciosos.
Jafnvel gola hvíslaði viðvörunum í gegnum þöglu trén.
Varias veces se detuvo y olió el aire fresco de la mañana.
Nokkrum sinnum stoppaði hann og innsveigði ferska morgunloftið.
Allí leyó un mensaje que le hizo avanzar más rápido.
Hann las þar skilaboð sem fengu hann til að stökkva hraðar áfram.
Una fuerte sensación de peligro lo llenó, como si algo hubiera salido mal.
Þung hættutilfinning fyllti hann, eins og eitthvað hefði farið úrskeiðis.
Temía que se avecinara una calamidad, o que ya hubiera ocurrido.
Hann óttaðist að ógæfa væri í nánd – eða væri þegar komin.
Cruzó la última cresta y entró en el valle de abajo.
Hann fór yfir síðasta hrygginn og inn í dalinn fyrir neðan.
Se movió más lentamente, alerta y cauteloso con cada paso.
Hann gekk hægar, varkárari og varkárari með hverju skrefi.
A tres millas de distancia encontró un nuevo rastro que lo hizo ponerse rígido.
Þremur mílum í burtu fann hann nýja slóð sem stirðnaði upp í honum.
El cabello de su cuello se onduló y se erizó en señal de alarma.
Hárið á hálsi hans rigndi og þyrptist af ótta.
El sendero conducía directamente al campamento donde Thornton esperaba.
Göngustígurinn lá beint að tjaldbúðunum þar sem Thornton beið.
Buck se movió más rápido ahora, su paso era silencioso y rápido.
Buck hreyfði sig hraðar nú, skref hans bæði hljóðlát og hröð.
Sus nervios se tensaron al leer señales que otros no verían.

Taugar hans hertust þegar hann las merki um að aðrir myndu missa af.

Cada detalle del recorrido contaba una historia, excepto la pieza final.

Hvert smáatriði í slóðinni sagði sögu — nema síðasti hlutinn.

Su nariz le contaba sobre la vida que había transcurrido por allí.

Nefið hans sagði honum frá lífinu sem hafði liðið á þennan hátt.

El olor le dio una imagen cambiante mientras lo seguía de cerca.

Ilmurinn gaf honum breytilega mynd er hann fylgdi fast á eftir.

Pero el bosque mismo había quedado en silencio; anormalmente quieto.

En skógurinn sjálfur hafði orðið hljótt; óeðlilega kyrrlátur.

Los pájaros habían desaparecido, las ardillas estaban escondidas, silenciosas y quietas.

Fuglar voru horfnir, íkornar voru faldir, þöglir og kyrrlátir.

Sólo vio una ardilla gris, tumbada sobre un árbol muerto.

Hann sá aðeins eina gráa íkorna, flata á dauðu tré.

La ardilla se mimetizó, rígida e inmóvil como una parte del bosque.

Íkorninn blandaðist við, stífur og hreyfingarlaus eins og hluti af skóginum.

Buck se movía como una sombra, silencioso y seguro entre los árboles.

Buck hreyfði sig eins og skuggi, þögull og öruggur milli trjánna.

Su nariz se movió hacia un lado como si una mano invisible la tirara.

Nef hans kipptist til hliðar eins og ósýnileg hönd hefði togað í hann.

Se giró y siguió el nuevo olor hasta lo profundo de un matorral.

Hann sneri sér við og fylgdi nýja lyktinni djúpt inn í runnann.

Allí encontró a Nig, que yacía muerto, atravesado por una flecha.
Þar fann hann Nig, liggjandi látinn, stunginn í gegn af ör.
La flecha atravesó su cuerpo y aún se le veían las plumas.
Skaftið fór í gegnum líkama hans, fjaðrirnar enn sjáanlegar.
Nig se arrastró hasta allí, pero murió antes de llegar para recibir ayuda.
Nig hafði dregið sig þangað en lést áður en hann náði til hjálpar.
Cien metros más adelante, Buck encontró otro perro de trineo.
Hundrað metrum lengra fann Buck annan sleðahund.
Era un perro que Thornton había comprado en Dawson City.
Þetta var hundur sem Thornton hafði keypt heima í Dawson City.
El perro se encontraba en una lucha a muerte, agitándose con fuerza en el camino.
Hundurinn var í dauðabaráttu, þrýstist hart á slóðina.
Buck pasó a su alrededor, sin detenerse, con los ojos fijos hacia adelante.
Buck gekk fram hjá honum, stoppaði ekki, augun beint fram fyrir sig.
Desde la dirección del campamento llegaba un canto distante y rítmico.
Frá búðunum barst fjarlægur, taktfastur söngur.
Las voces subían y bajaban en un tono extraño, inquietante y cantarín.
Raddir hækkaði og lækkaði í undarlegum, óhugnanlegum, syngjandi tón.
Buck se arrastró hacia el borde del claro en silencio.
Buck skreið þegjandi fram að brún skógarins.
Allí vio a Hans tendido boca abajo, atravesado por muchas flechas.
Þar sá hann Hans liggja á grúfu, stunginn af mörgum örvum.
Su cuerpo parecía el de un puercoespín, erizado de plumas.
Líkami hans leit út eins og broddgeltur, þöktur fjaðruðum skaftum.

En ese mismo momento, Buck miró hacia la cabaña en ruinas.
Á sama augnabliki leit Buck í átt að rústunum í skálanum.
La visión hizo que se le erizara el pelo de la nuca y de los hombros.
Sjónin stirðnaði hárið á hálsi hans og öxlum.
Una tormenta de furia salvaje recorrió todo el cuerpo de Buck.
Stormur af villimannlegri reiði gekk um allan líkama Bucks.
Gruñó en voz alta, aunque no sabía que lo había hecho.
Hann urraði hátt, þótt hann vissi ekki að hann hefði gert það.
El sonido era crudo, lleno de furia aterradora y salvaje.
Hljóðið var hrátt, fullt af ógnvekjandi, grimmilegri reiði.
Por última vez en su vida, Buck perdió la razón ante la emoción.
Í síðasta sinn á ævinni missti Buck skynsemina fyrir tilfinningum.
Fue el amor por John Thornton lo que rompió su cuidadoso control.
Það var ástin til John Thornton sem rauf vandlega stjórn hans.
Los Yeehats estaban bailando alrededor de la cabaña de abetos en ruinas.
Yeehat-fjölskyldan var að dansa í kringum hrunda grenihúsið.
Entonces se escuchó un rugido y una bestia desconocida cargó hacia ellos.
Þá heyrðist öskur — og óþekkt skepna réðst á þau.
Era Buck; una furia en movimiento; una tormenta viviente de venganza.
Það var Buck; heift í hreyfingu; lifandi hefndarstormur.
Se arrojó en medio de ellos, loco por la necesidad de matar.
Hann kastaði sér inn á meðal þeirra, brjálaður af þörf til að drepa.
Saltó hacia el primer hombre, el jefe Yeehat, y acertó.
Hann stökk á fyrsta manninn, höfðingjann Yeehat, og sló til.
Su garganta fue desgarrada y la sangre brotó a chorros.
Háls hans var rifinn opinn og blóð spúaði í læk.

Buck no se detuvo, sino que desgarró la garganta del siguiente hombre de un salto.
Buck stoppaði ekki, heldur reif næsta mann í háls með einu stökki.
Era imparable: desgarraba, cortaba y nunca se detenía a descansar.
Hann var óstöðvandi — reif, hjó, stoppaði aldrei til að hvíla sig.
Se lanzó y saltó tan rápido que sus flechas no pudieron tocarlo.
Hann þaut og stökk svo hratt að örvar þeirra náðu ekki til hans.
Los Yeehats estaban atrapados en su propio pánico y confusión.
Yeehat-fjölskyldan var föst í eigin ótta og rugli.
Sus flechas no alcanzaron a Buck y se alcanzaron entre sí.
Örvar þeirra hittu hvor aðra í staðinn, misstu af Buck.
Un joven le lanzó una lanza a Buck y golpeó a otro hombre.
Einn unglingur kastaði spjóti að Buck og hitti annan mann.
La lanza le atravesó el pecho y la punta le atravesó la espalda.
Spjótið stakk í gegnum brjóst hans, oddurinn stakk út úr bakinu.
El terror se apoderó de los Yeehats y se retiraron por completo.
Skelfing greip Yeehat-ættina og þeir hörfuðu algerlega.
Gritaron al Espíritu Maligno y huyeron hacia las sombras del bosque.
Þau öskruðu af illum anda og flúðu inn í skuggana í skóginum.
En verdad, Buck era como un demonio mientras perseguía a los Yeehats.
Buck var sannarlega eins og djöfull er hann elti Yeehat-fjölskylduna uppi.
Él los persiguió a través del bosque, derribándolos como si fueran ciervos.
Hann elti þá gegnum skóginn og felldi þá eins og hreindýr.

Se convirtió en un día de destino y terror para los asustados Yeehats.
Þetta varð dagur örlaga og skelfingar fyrir hina hræddu Yeehats.
Se dispersaron por toda la tierra, huyendo lejos en todas direcciones.
Þeir dreifðust um landið og flýðu langt í allar áttir.
Pasó una semana entera antes de que los últimos supervivientes se reunieran en un valle.
Heil vika leið áður en síðustu eftirlifendurnir hittust í dal.
Sólo entonces contaron sus pérdidas y hablaron de lo sucedido.
Þá fyrst töldu þau tap sitt og ræddu um það sem hafði gerst.
Buck, después de cansarse de la persecución, regresó al campamento en ruinas.
Eftir að Buck var orðinn þreyttur á eltingarleiknum sneri hann aftur til rústanna í búðunum.
Encontró a Pete, todavía en sus mantas, muerto en el primer ataque.
Hann fann Pete, enn í teppunum sínum, látinn í fyrstu árásinni.
Las señales de la última lucha de Thornton estaban marcadas en la tierra cercana.
Merki um síðustu baráttu Thorntons voru merkt í moldinni í nágrenninu.
Buck siguió cada rastro, olfateando cada marca hasta un punto final.
Buck fylgdi hverju slóð og þefaði af hverju merki að lokum.
En el borde de un estanque profundo, encontró al fiel Skeet, tumbado inmóvil.
Á barmi djúps polls fann hann trúfasta Skeet, liggjandi kyrr.
La cabeza y las patas delanteras de Skeet estaban en el agua, inmóviles por la muerte.
Höfuð og framloppar Skeet voru í vatninu, hreyfingarlaus í dauða sínum.
La piscina estaba fangosa y contaminada por el agua que salía de las compuertas.

Sundlaugin var drullug og menguð af afrennsli úr rennslukössunum.

Su superficie nublada ocultaba lo que había debajo, pero Buck sabía la verdad.

Skýjað yfirborð þess huldi það sem lá undir, en Buck vissi sannleikann.

Siguió el rastro del olor de Thornton hasta la piscina, pero el olor no lo condujo a ningún otro lugar.

Hann rakti lyktina af Thornton ofan í laugina — en lyktin leiddi hvergi annars staðar.

No había ningún olor que indicara que salía, solo el silencio de las aguas profundas.

Enginn lykt leiddi út — aðeins þögn djúps vatns.

Buck permaneció todo el día cerca de la piscina, paseando de un lado a otro del campamento con tristeza.

Allan daginn dvaldi Buck við tjörnina og gekk sorgmæddur um búðirnar.

Vagaba inquieto o permanecía sentado en silencio, perdido en pesados pensamientos.

Hann reikaði órólegur eða sat kyrr, niðursokkinn í þungar hugsanir.

Él conocía la muerte; el fin de la vida; la desaparición de todo movimiento.

Hann þekkti dauðann; endi lífsins; hvarf allrar hreyfingar.

Comprendió que John Thornton se había ido y que nunca regresaría.

Hann skildi að John Thornton væri farinn og myndi aldrei koma aftur.

La pérdida dejó en él un vacío que palpitaba como el hambre.

Tapið skildi eftir tómarúm í honum sem pulsaði eins og hungur.

Pero ésta era un hambre que la comida no podía calmar, por mucho que comiera.

En þetta var hungur sem matur gat ekki seðjað, sama hversu mikið hann borðaði.

A veces, mientras miraba a los Yeehats muertos, el dolor se desvanecía.
Stundum, þegar hann horfði á dauða Yeehat-ana, dofnaði sársaukinn.
Y entonces un orgullo extraño surgió dentro de él, feroz y completo.
Og þá reis upp undarlegur stolt innra með honum, grimmur og algjör.
Había matado al hombre, la presa más alta y peligrosa de todas.
Hann hafði drepið manninn, hæsta og hættulegasta leikur allra.
Había matado desafiando la antigua ley del garrote y el colmillo.
Hann hafði drepið í trássi við hina fornu lög um kylfu og vígtennur.
Buck olió sus cuerpos sin vida, curioso y pensativo.
Buck þefaði af líflausum líkömum þeirra, forvitinn og hugsi.
Habían muerto con tanta facilidad, mucho más fácil que un husky en una pelea.
Þau höfðu dáið svo auðveldlega — miklu auðveldara en huskyhundur í bardaga.
Sin sus armas, no tenían verdadera fuerza ni representaban una amenaza.
Án vopna sinna höfðu þeir hvorki raunverulegan styrk né ógn.
Buck nunca volvería a temerles, a menos que estuvieran armados.
Buck myndi aldrei óttast þá framar, nema þeir væru vopnaðir.
Sólo tenía cuidado cuando llevaban garrotes, lanzas o flechas.
Aðeins þegar þeir báru kylfur, spjót eða örvar myndi hann varast.

Cayó la noche y la luna llena se elevó por encima de las copas de los árboles.
Nóttin skall á og fullt tungl reis hátt yfir trjátoppana.

La pálida luz de la luna bañaba la tierra con un resplandor suave y fantasmal, como el del día.
Dauft tunglsljós baðaði landið mjúkum, draugalegum ljóma eins og dagur.
A medida que la noche avanzaba, Buck seguía de luto junto al estanque silencioso.
Þegar nóttin dýpri syrgði Buck enn við kyrrláta tjörnina.
Entonces se dio cuenta de que había un movimiento diferente en el bosque.
Þá varð hann var við aðra hræringu í skóginum.
El movimiento no provenía de los Yeehats, sino de algo más antiguo y más profundo.
Hræringin kom ekki frá Yeehat-fjölskyldunni, heldur frá einhverju eldra og dýpra.
Se puso de pie, con las orejas levantadas y la nariz palpando la brisa con cuidado.
Hann stóð upp, lyfti eyrum og rannsakaði gola vandlega.
Desde lejos llegó un grito débil y agudo que rompió el silencio.
Langt í burtu heyrðist dauft, hvasst öskur sem rauf þögnina.
Luego, un coro de gritos similares siguió de cerca al primero.
Þá fylgdi kór af svipuðum ópum rétt á eftir þeim fyrsta.
El sonido se acercaba cada vez más y se hacía más fuerte a cada momento que pasaba.
Hljóðið nálgaðist og varð háværara með hverri stund sem leið.
Buck conocía ese grito: venía de ese otro mundo en su memoria.
Buck þekkti þetta óp – það kom úr þeim öðrum heimi í minningunni hans.
Caminó hasta el centro del espacio abierto y escuchó atentamente.
Hann gekk að miðju opna rýmisins og hlustaði vandlega.
El llamado resonó, múltiple y más poderoso que nunca.
Kallið hljómaði, margnefnd og kröftugra en nokkru sinni fyrr.
Y ahora, más que nunca, Buck estaba listo para responder a su llamado.

Og nú, meira en nokkru sinni fyrr, var Buck tilbúinn að svara kalli hans.

John Thornton había muerto y ya no tenía ningún vínculo con el hombre.

John Thornton var dáinn og engin tengsl við manninn voru enn til staðar í honum.

El hombre y todos sus derechos humanos habían desaparecido: él era libre por fin.

Maðurinn og allar kröfur mannsins voru horfnar — hann var loksins frjáls.

La manada de lobos estaba persiguiendo carne como lo hicieron alguna vez los Yeehats.

Úlfahópurinn var að elta kjöt eins og Yeehat-fjölskyldan hafði einu sinni gert.

Habían seguido a los alces desde las tierras boscosas.

Þeir höfðu elt elgi niður af skógi vöxnum löndum.

Ahora, salvajes y hambrientos de presa, cruzaron hacia su valle.

Nú, villtir og hungraðir í bráð, fóru þeir yfir í dalinn hans.

Llegaron al claro iluminado por la luna, fluyendo como agua plateada.

Inn í tunglsbirtu skógarrjóðrið komu þau, runnu eins og silfurvatn.

Buck permaneció quieto en el centro, inmóvil y esperándolos.

Buck stóð kyrr í miðjunni, hreyfingarlaus og beið eftir þeim.

Su tranquila y gran presencia dejó a la manada en un breve silencio.

Róleg og stórfengleg nærvera hans skelfdi hópinn og þagnaði stuttlega.

Entonces el lobo más atrevido saltó hacia él sin dudarlo.

Þá stökk djarfasti úlfurinn beint á hann án þess að hika.

Buck atacó rápidamente y rompió el cuello del lobo de un solo golpe.

Buck hjó til og braut hálsinn á úlfinum í einu höggi.

Se quedó inmóvil nuevamente mientras el lobo moribundo se retorcía detrás de él.

Hann stóð hreyfingarlaus aftur á meðan deyjandi úlfurinn sneri sér við á eftir honum.
Tres lobos más atacaron rápidamente, uno tras otro.
Þrír úlfar til viðbótar réðust hratt á, hver á eftir öðrum.
Todos retrocedieron sangrando, con la garganta o los hombros destrozados.
Hver þeirra hörfaði blæðandi, með háls eða axlir skornar í sundur.
Eso fue suficiente para que toda la manada se lanzara a una carga salvaje.
Það var nóg til að koma öllum hópnum í villta sókn.
Se precipitaron juntos, demasiado ansiosos y apiñados para golpear bien.
Þau þustu inn saman, of áköf og troðfull til að geta ráðist vel til.
La velocidad y habilidad de Buck le permitieron mantenerse por delante del ataque.
Hraði og færni Bucks gerði honum kleift að vera á undan sókninni.
Giró sobre sus patas traseras, chasqueando y golpeando en todas direcciones.
Hann sneri sér á afturfótunum, snarlaði og sló í allar áttir.
Para los lobos, esto parecía como si su defensa nunca se abriera ni flaqueara.
Úlfunum fannst eins og vörn hans hefði aldrei opnast eða bilað.
Se giró y atacó tan rápido que no pudieron alcanzarlo.
Hann sneri sér við og hjó svo hratt að þeir komust ekki á eftir honum.
Sin embargo, su número le obligó a ceder terreno y retroceder.
Engu að síður neyddi fjöldi þeirra hann til að gefa eftir og hörfa.
Pasó junto a la piscina y bajó al lecho rocoso del arroyo.
Hann gekk fram hjá tjörninni og niður í grýtta lækjarfarveginn.
Allí se topó con un empinado banco de grava y tierra.

Þar rakst hann á bratta bakka úr möl og mold.
Se metió en un rincón cortado durante la antigua excavación de los mineros.
Hann lenti í horni sem námuverkamennirnir höfðu skorið við gamla gröft.
Ahora, protegido por tres lados, Buck se enfrentaba únicamente al lobo frontal.
Nú, varinn á þremur hliðum, stóð Buck aðeins frammi fyrir úlfinum sem var fremst.
Allí se mantuvo a raya, listo para la siguiente ola de asalto.
Þar stóð hann í skefjum, tilbúinn fyrir næstu árásarbylgju.
Buck se mantuvo firme con tanta fiereza que los lobos retrocedieron.
Buck hélt svo fast á sínu að úlfarnir hörfuðu.
Después de media hora, estaban agotados y visiblemente derrotados.
Eftir hálftíma voru þeir orðnir þreyttir og greinilega sigraðir.
Sus lenguas colgaban y sus colmillos blancos brillaban a la luz de la luna.
Tungur þeirra héngu út, hvítar vígtennur þeirra glitruðu í tunglsljósinu.
Algunos lobos se tumbaron, con la cabeza levantada y las orejas apuntando hacia Buck.
Nokkrir úlfar lögðust niður, höfðum lyft og eyrum spýtt í átt að Buck.
Otros permanecieron inmóviles, alertas y observando cada uno de sus movimientos.
Aðrir stóðu kyrrir, vakandi og fylgdust með hverri hreyfingu hans.
Algunos se acercaron a la piscina y bebieron agua fría.
Nokkrir gengu að sundlauginni og drukku kalt vatn.
Entonces un lobo gris, largo y delgado, se acercó sigilosamente.
Þá læddist einn langur, grannur grár úlfur fram á blíðlegan hátt.
Buck lo reconoció: era el hermano salvaje de antes.
Buck þekkti hann — það var villibróðirinn frá fyrri tíð.

El lobo gris gimió suavemente y Buck respondió con un gemido.
Grái úlfurinn kveinaði lágt og Buck svaraði með kveini.
Se tocaron las narices, en silencio y sin amenaza ni miedo.
Þau snertu nef hvors annars, hljóðlega og án ógnunar eða ótta.
Luego vino un lobo más viejo, demacrado y lleno de cicatrices por muchas batallas.
Næst kom eldri úlfur, magur og örmerktur eftir margar bardaga.
Buck empezó a gruñir, pero se detuvo y olió la nariz del viejo lobo.
Buck fór að urra, en þagnaði og þefaði af trýni gamla úlfsins.
El viejo se sentó, levantó la nariz y aulló a la luna.
Sá gamli settist niður, lyfti nefinu og ýlfraði til tunglsins.
El resto de la manada se sentó y se unió al largo aullido.
Restin af hópnum settist niður og tóku þátt í löngu úlfunum.
Y ahora el llamado llegó a Buck, inconfundible y fuerte.
Og nú barst kallið til Bucks, óyggjandi og sterkt.
Se sentó, levantó la cabeza y aulló con los demás.
Hann settist niður, lyfti höfðinu og öskraði með hinum.
Cuando terminaron los aullidos, Buck salió de su refugio rocoso.
Þegar úlfurinn hætti steig Buck út úr grjótskýlinu sínu.
La manada se cerró a su alrededor, olfateando con amabilidad y cautela.
Hópurinn lokaðist um hann og þefaði bæði vingjarnlega og varlega.
Entonces los líderes dieron un grito y salieron corriendo hacia el bosque.
Þá æptu leiðtogarnir og hlupu af stað inn í skóginn.
Los demás lobos los siguieron, aullando a coro, salvajes y rápidos en la noche.
Hinir úlfarnir fylgdu á eftir, æpandi í kór, villtir og hraðir í nóttinni.
Buck corrió con ellos, al lado de su hermano salvaje, aullando mientras corría.

Buck hljóp með þeim, við hlið villta bróður síns, ýlfrandi á hlaupum.

Aquí la historia de Buck llega bien a su fin.
Hér á sagan um Buck vel við að líða undir lok.
En los años siguientes, los Yeehat notaron lobos extraños.
Á árunum sem fylgdu tóku Yeehat-hjónin eftir undarlegum úlfum.
Algunos tenían la cabeza y el hocico de color marrón y el pecho de color blanco.
Sumir voru brúnir á höfði og trýni, hvítir á bringu.
Pero aún más temían una figura fantasmal entre los lobos.
En enn meira óttuðust þeir draugalega veru meðal úlfanna.
Hablaban en susurros del Perro Fantasma, líder de la manada.
Þau töluðu í hvísli um Draugahundinn, leiðtoga hópsins.
Este perro fantasma tenía más astucia que el cazador Yeehat más audaz.
Þessi Draugahundur var lævísari en djarfasti Yeehat-veiðimaðurinn.
El perro fantasma robó de los campamentos en pleno invierno y destrozó sus trampas.
Draugahundurinn stal úr búðum í hávetri og reif gildrurnar þeirra í sundur.
El perro fantasma mató a sus perros y escapó de sus flechas sin dejar rastro.
Draugahundurinn drap hundana þeirra og slapp sporlaust undan örvum þeirra.
Incluso sus guerreros más valientes temían enfrentarse a este espíritu salvaje.
Jafnvel hugrökkustu stríðsmenn þeirra óttuðust að horfast í augu við þennan villta anda.
No, la historia se vuelve aún más oscura a medida que pasan los años en la naturaleza.
Nei, sagan verður enn myrkri eftir því sem árin líða í óbyggðunum.

Algunos cazadores desaparecen y nunca regresan a sus campamentos distantes.
Sumir veiðimenn hverfa og snúa aldrei aftur í fjarlægar búðir sínar.
Otros aparecen con la garganta abierta, muertos en la nieve.
Aðrir finnast rifnir í háls, drepnir í snjónum.
Alrededor de sus cuerpos hay huellas más grandes que las que cualquier lobo podría dejar.
Í kringum líkama þeirra eru spor — stærri en nokkur úlfur gæti gert.
Cada otoño, los Yeehats siguen el rastro del alce.
Á hverju hausti fylgja Yeehats slóð elgsins.
Pero evitan un valle con el miedo grabado en lo profundo de sus corazones.
En þau forðast einn dal með ótta djúpt grafinn í hjörtum sínum.
Dicen que el valle fue elegido por el Espíritu Maligno para vivir.
Þeir segja að dalurinn hafi verið valinn af Illi andanum sem heimili sitt.
Y cuando se cuenta la historia, algunas mujeres lloran junto al fuego.
Og þegar sagan er sögð gráta sumar konur við eldinn.
Pero en verano, un visitante llega a ese tranquilo valle sagrado.
En á sumrin kemur einn gestur í þennan kyrrláta, helga dal.
Los Yeehats no saben de él, ni tampoco pueden entenderlo.
Yeehat-fjölskyldan veit ekki af honum, né skilur hann.
El lobo es grande, revestido de gloria, como ningún otro de su especie.
Úlfurinn er mikill úlfur, þakinn dýrð, ólíkur öllum öðrum sinnar tegundar.
Él solo cruza el bosque verde y entra en el claro.
Hann einn fer yfir græna trjánna og inn í skógarrjóðrið.
Allí, el polvo dorado de los sacos de piel de alce se filtra en el suelo.
Þar síast gullið ryk úr elgskinnasekkjum niður í jarðveginn.

La hierba y las hojas viejas han ocultado el amarillo al sol.
Gras og gömul lauf hafa hulið gulu litinn fyrir sólinni.
Aquí, el lobo permanece en silencio, pensando y recordando.
Hér stendur úlfurinn þögull, hugsar og minnist.
Aúlla una vez, largo y triste, antes de darse la vuelta para irse.
Hann ýlfrar einu sinni – langt og dapurlegt – áður en hann snýr sér við til að fara.
Pero no siempre está solo en la tierra del frío y la nieve.
Samt er hann ekki alltaf einn í landi kuldans og snjósins.
Cuando las largas noches de invierno descienden sobre los valles inferiores.
Þegar langar vetrarnætur leggjast yfir neðri dali.
Cuando los lobos persiguen a la presa a través de la luz de la luna y las heladas.
Þegar úlfarnir elta villidýrin í tunglsljósi og frosti.
Luego corre a la cabeza del grupo, saltando alto y salvajemente.
Svo hleypur hann fremstur í flokknum, hoppar hátt og villt.
Su figura se eleva sobre las demás y su garganta está llena de canciones.
Lögun hans gnæfir yfir hinum, hálsinn lifir af söng.
Es la canción del mundo más joven, la voz de la manada.
Þetta er söngur yngri heimsins, rödd hópsins.
Canta mientras corre: fuerte, libre y eternamente salvaje.
Hann syngur á meðan hann hleypur – sterkur, frjáls og eilíflega villtur.

www.ingramcontent.com/pod-product-compliance
Lightning Source LLC
Chambersburg PA
CBHW010031040426
42333CB00048B/2814